നിഴൽപ്പാതയിലെ വെളിച്ചം

[നോവൽ]

മുസ്തഫ തൂത

Published
Notion Press

Malayalam
Novel
Title,
Nizhalppathayile velicham

By: Musthafa thootha
Editor: Hafiz hudawi karuvarakund
Layout: Sahal kizhakkumpuram
Shayal Amminikad
Cover design: Abdullah parathakkad
Shayal Amminikkad
Special thanks: Sinan malappuram

First edition,
April 2026
Price: 499 /-

എഴുത്തുകാരനെക്കുറിച്ച്

മലപ്പുറം ജില്ലയിലെ തൂത സ്വദേശിയായ മുഹമ്മദ് മുസ്തഫ, കബീർ ഫസീന ദമ്പതികളുടെ മകനാണ്. ഫരീദ, ബാസിത് എന്നിവർ സഹോദരങ്ങളാണ്. എ.എം.എൽപി സ്കൂൾ എടായ്ക്കലിൽ വെച്ച് പ്രാഥമിക വിദ്യാഭ്യാസം പൂർത്തിയാക്കി. നിലവിൽ ദാറുൽ ഹുദാ ഇസ്ലാമിക് സർവ്വകശാലയുടെ സഹസ്ഥാപനമായ ശൈഖ് ഫരീദ് ഔലിയ ദഅ്‌വ കോളേജിൽ വെച്ച് പഠനം തുടർന്നുകൊണ്ടിരിക്കുന്നു

ചെറുപ്പം മുതൽ വായനയിലും എഴുത്തിലും അതീവ താല്പര്യം പുലർത്തുന്ന മുസ്തഫ, കവിതകളിലൂടെയും നോവലുകളിലൂടെയും തന്റെ സർഗാത്മകത അടയാളപ്പെടുത്തുന്നു. പച്ചയായ മനുഷ്യജീവിതവും വികാരങ്ങളും ലളിതവും ഹൃദയസ്പർശിയുമായ ഭാഷയിൽ ആവിഷ്കരിക്കാനാണ് അദ്ദേഹം എപ്പോഴും ശ്രമിക്കുന്നത്.

ഇത് അദ്ദേഹത്തിന്റെ ആദ്യ നോവലാണ്. ഭാവിയിൽ കൂടുതൽ മികച്ച സാഹിത്യ സൃഷ്ടികളിലൂടെ മലയാള സാഹിത്യലോകത്തിന് സ്വന്തമായ സംഭാവന നൽകണമെന്നാണ് ഈ യുവ എഴുത്തുകാരന്റെ ആഗ്രഹം.

വിലാസം:
മുസ്തഫ തൂത
തൂത പി.ഒ.
പാറൽ
മലപ്പുറം- 679357
ph:7560872014

മുഖവുര

പ്രിയപ്പെട്ട വായനക്കാരേ,

ജീവിതം എന്നത് വെറുമൊരു നേർരേഖയിലുള്ള പ്രയാണമാണെന്ന് നാം പലപ്പോഴുമായി തെറ്റിദ്ധരിക്കാറുണ്ട്. എന്നാൽ, നാം മനസ്സിലാക്കേണ്ടത് യഥാർത്ഥത്തിൽ വെളിച്ചവും ഇരുട്ടും മാറിമറിയുന്ന തീർത്തും പ്രവചനാതീതമായ നിഗൂഢ പാതയാണ്. എന്നാലും ആ പാതയിലൂടെ സഞ്ചരിക്കുമ്പോൾ നാം അപ്രതീക്ഷിതമായി കണ്ടുമുട്ടുന്ന മനുഷ്യർ, നാം അനുഭവിക്കുന്ന ആഴത്തിലുള്ള വേദനകൾ, കാലം വൈകി മാത്രം നമുക്ക് നൽകുന്ന വിലപ്പെട്ടതിരിച്ചറിവുകളാണ് . ഇവയെല്ലാമാണ് യഥാർത്ഥത്തിൽ നമ്മെ രൂപപ്പെടുത്തുന്നത്. അതിനാൽ തന്നെ ഞാൻ രചിച്ച ഈ ‹‹ **നിഴൽപാതയിലെ വെളിച്ചം** ›› എന്ന നോവൽ അത്തരമൊരു ജീവിതയാത്രയുടെ പച്ചയായ ആവിഷ്കാരമാണ്.

ഒരു ആംബുലൻസ് ഡ്രൈവറുടെ ജീവിതം എന്നത് പലപ്പോഴും മരണത്തിനും ജീവിതത്തിനും ഇടയിലുള്ള നൂൽപ്പാലത്തിലൂടെയുള്ള യാത്രയാണ്. ഓരോ നിമിഷവും വിലപെട്ടതാണെന്ന ബോധ്യത്തോടെ, റോഡിലെ സയറന്റെ നിലവിളികൾക്കിടയിൽ ഒരായുസ്സിന്റെ മുഴുവൻ പ്രതീക്ഷയുമായി, ആശുപത്രിയിലേക്ക് പായുന്നവന്റെ നെഞ്ചിടിപ്പ് ഈ നോവലിൽ നിന്ന് നിങ്ങൾക്ക് തൊട്ടറിയാം.

നമ്മുടെ ജീവിതത്തിലെ ഒരു നിമിഷത്തെ അശ്രദ്ധ, അല്ലെങ്കിൽ നമ്മെ പിടികൂടുന്ന ഒരു ചെറിയ ചെറിയ ലഹരി, എപ്രകാരമാണ്

നമ്മുടെ പ്രിയപ്പെട്ടവരുടെ ലോകത്തെ തകർത്തെറിയുന്ന ഗൗരമേറിയ സത്യമാണ് ഈ നോവലിലൂടെ ഞാൻ നിങ്ങളോട് അഭിസംബോധനം ചെയ്യുന്നത്.

നഷ്ടപ്പെട്ട വെളിച്ചത്തെ സ്വയം പ്രകാശമായി മാറ്റിയ റിയാസിന്റെയും, ഓർമകളിൽ ഇന്നും സുഗന്ധം പരത്തുന്ന റിയയുടെയും ലോകത്തേക്ക് ഈ നിഴൽപാതയിലൂടെ നമുക്ക് ഒരുമിച്ച് സഞ്ചരിക്കാം...

വേദനയിലൂടെ കടന്നുപോകുന്നവർക്ക് ആശ്വാസമായും, തെറ്റിന്റെ വക്കിലെത്തുന്നവർക്ക് മുന്നറിയിപ്പായും, പ്രത്യാശ തേടുന്നവർക്ക് വെളിച്ചമായും ഈ കൃതിവായനക്കാരിലേക്കെത്തിക്കുന്നു. നിഴൽ എത്രയോ ദീർഘമായാലും,വെളിച്ചം തേടുന്ന മനസ്സിന് വഴിയുണ്ടെന്ന വിശ്വാസത്തോടെയാണ് ഈ നോവൽ സമർപ്പിക്കപ്പെടുന്നത്.

സ്നേഹപൂർവ്വം,

മുസ്തഫ തൂത

അവതാരിക

ജീവിതം പലപ്പോഴും നമ്മെ നിഴൽപ്പാതകളിലൂടെ നയിക്കുന്നു. അവിടെ വേദനയും നഷ്ടങ്ങളും പരീക്ഷണങ്ങളും നമ്മെ കാത്തുനിൽക്കും. എന്നാൽ ആ നിഴലുകളുടെ നടുവിലും മനുഷ്യൻ അന്വേഷിക്കുന്നതും പ്രതീക്ഷിക്കുന്നതും വെളിച്ചമാണ്—വിശ്വാസത്തിന്റെ, സ്നേഹത്തിന്റെ, ത്യാഗത്തിന്റെ വെളിച്ചം. മുസ്തഫ തൂത എഴുതിയ '**നിഴൽപ്പാതയിലെ വെളിച്ചം**' എന്ന ഈ നോവൽ അത്തരം ഒരു വെളിച്ചത്തിന്റെ കഥയാണ്.

സാധാരണക്കാരനായ ഒരു ആംബുലൻസ് ഡ്രൈവറായ റിയാസിന്റെ ജീവിതത്തിലൂടെയാണ് ഈ കൃതി മുന്നേറുന്നത്. മറ്റുള്ളവരുടെ ജീവൻ രക്ഷിക്കാനായി രാവും പകലും ഓടിക്കൊണ്ടിരിക്കുന്ന അവന്റെ ജീവിതം, ഭാര്യ റിയയുടെയും വാത്സല്യമൂർത്തിയായ ഉമ്മയുടെയും സ്നേഹത്താൽ സമ്പന്നമാണ്. ദൈനംദിന ജീവിതത്തിന്റെ ലളിതമായ സന്തോഷങ്ങളും ചെറിയ ആശങ്കകളും കടന്നുപോകുമ്പോൾ, ഒരു നിമിഷം കൊണ്ട് തന്നെ മനുഷ്യനെ തകർക്കുന്ന വിധത്തിലുള്ള പരീക്ഷണങ്ങളാണ് റിയാസിന്റെ ജീവിതത്തിലേക്ക് കടന്നുവരുന്നത്.

ലഹരിയുടെ പ്രലോഭനം, ഉത്തരവാദിത്വബോധത്തിന്റെ പോരാട്ടം, പിതൃത്വത്തിന്റെ ആനന്ദം, പിന്നീടുണ്ടാകുന്ന അപരിഹാര്യമായ നഷ്ടം—ഇവയെല്ലാം ഈ നോവലിൽ

ഈ കൃതി ഒരാളുടെ മാത്രം കഥയല്ല. സമൂഹത്തിൽ നമ്മൾ ദിവസേന കാണുന്ന, പക്ഷേ പലപ്പോഴും ശ്രദ്ധിക്കാതെ പോകുന്ന മനുഷ്യരുടെ ജീവിതങ്ങളുടെ പ്രതിനിധിയാണ് റിയാസ്. അവന്റെ കണ്ണിലൂടെ നമ്മൾ കാണുന്നത് ആശുപത്രിവരാന്തകളിലെ പ്രതീക്ഷയും നിരാശയും, പ്രാർത്ഥനകളുടെ ശക്തിയും, വിധിയോട് മനുഷ്യൻ നടത്തുന്ന നിശ്ശബ്ദമായ പോരാട്ടവുമാണ്. പ്രത്യേകിച്ച്, ഒരു കുഞ്ഞിന്റെ ജനനവും അതിന്റെ വേർപാടും വരച്ചുകാട്ടുന്ന ഭാഗങ്ങൾ വായനക്കാരന്റെ മനസ്സിൽ ആഴത്തിൽ .പതിയുന്ന അനുഭവങ്ങളായി മാറുന്നു

നിഴൽപ്പാതയിലെ വെളിച്ചം’ വേദനയുടെ കഥ മാത്രമല്ല; ››’ അതിജീവനത്തിന്റെ കഥ കൂടിയാണ്. നഷ്ടങ്ങളുടെ നടുവിലും മനുഷ്യനെ മുന്നോട്ട് നയിക്കുന്ന വിശ്വാസവും സഹനവും ഈ നോവൽ ഉറച്ച ശബ്ദത്തിൽ ഓർമ്മിപ്പിക്കുന്നു. കണ്ണീരിലൂടെ കടന്നുപോകുന്ന ഓരോ പേജിലും, മനുഷ്യഹൃദയത്തിന്റെ ആഴങ്ങളിൽ തെളിയുന്ന ചെറിയൊരു വെളിച്ചം വായനക്കാരൻ കണ്ടെത്തും. അതാണ് ഈ കൃതിയുടെ ഏറ്റവും വലിയ ശക്തി— .നിഴലുകൾക്കിടയിലും അണയാത്ത വെളിച്ചം

-ജോർജ്

അധ്യായം 1

അന്ന് ജോലി കഴിഞ്ഞ് റിയാസ് വീട്ടിലെത്തുമ്പോൾ രാത്രിയുടെ യാമങ്ങൾ ഏറെ കടന്നുപോയിരുന്നു. ആംബുലൻസ് ഡ്രൈവറായ അവന്റെ കാതുകളിൽ അപ്പോഴും സയറന്റെ നിലവിളികൾ മുഴങ്ങുന്നുണ്ടായിരുന്നു. തളർന്ന കൈകളോടെ അവൻ കോളിംഗ് ബെല്ലിൽ വിരലമർത്തി.

‹ക്ലിങ്... ക്ലിങ്...›

നിമിഷങ്ങൾക്കുള്ളിൽ വാതിൽ തുറക്കപ്പെട്ടു. ഉമ്മറത്തെ മങ്ങിയ വെളിച്ചത്തിൽ ഭാര്യ റിയ നിന്നിരുന്നു. അവളുടെ കണ്ണുകളിൽ ഉറക്കക്ഷീണത്തേക്കാൾ കൂടുതൽ ഭർത്താവിനെക്കുറിച്ചുള്ള ആകുലതകളായിരുന്നു.

«ഇക്കാ, നിങ്ങൾക്കെന്താ ഒന്ന് നേരത്തെ വന്നാൽ? എത്ര നേരമായി ഞാൻ കാത്തിരിക്കുന്നു,» പരിഭവം കലർന്ന സ്വരത്തിൽ അവൾ ചോദിച്ചു.

റിയാസ് ഒന്ന് ദീർഘനിശ്വസിച്ചു. അവളുടെ തലയിൽ തലോടിക്കൊണ്ട് അവൻ പറഞ്ഞു:

«എടീ, അതെയെടാ... കുറച്ചു മുൻപ് ഒരു വലിയ തീപിടുത്തമുണ്ടായി. കുറെ പേർക്ക് പരിക്കേറ്റു. അതിൽ ദേഹമാകെ പൊള്ളലേറ്റ ഒരു കൊച്ചുപെൺകുട്ടിയുണ്ടായിരുന്നു. അവളെ എത്രയും വേഗം ഹോസ്പിറ്റലിൽ എത്തിക്കേണ്ടി വന്നു. ഓരോ ജീവനും വിലപ്പെട്ടതല്ലേ...»

അവളുടെ മുഖത്തെ പരിഭവം മാഞ്ഞു. പകരം ഒരുതരം കരുണ നിറഞ്ഞു. «ഇനിയേതായാലും ഇക്ക പോയി ഫ്രഷ് ആയി വാ, ഞാൻ ഭക്ഷണമെടുത്തു വെക്കാം, അവൾ കിച്ചണിലേക്ക് നടന്നു.

റിയാസ് കുളിച്ചു വരുമ്പോഴേക്കും ഡൈനിങ് ടേബിളിൽ റിയ ഭക്ഷണം നിരത്തിക്കഴിഞ്ഞിരുന്നു. അവൻ പോയി ഉമ്മയെയും വിളിച്ചു കൊണ്ടുവന്നു. മൂവരും ചേർന്ന് കഴിക്കുമ്പോൾ ഉമ്മ നാട്ടിലെ ഓരോ വിശേഷങ്ങൾ പറഞ്ഞു കൊണ്ടിരുന്നു.

പിന്നെ ഭക്ഷണത്തിന് ശേഷം കൈകഴുകി വന്ന റിയാസ് തന്റെ നാഥനു മുന്നിൽ മുസല്ല വിരിച്ചു. ഇശാഅ് നിസ്കാരത്തിന് ശേഷം ഇരു കരങ്ങളും ഉയർത്തി പ്രാർഥിക്കുമ്പോൾ അവന്റെ മനസ്സ് നിറഞ്ഞൊഴുകി. ഇരുപത്തിയഞ്ച് വർഷങ്ങൾക്ക് മുൻപ് തന്നെ തനിച്ചാക്കി പോയ ഉപ്പയെ അവൻ പ്രാർഥനയിൽ സ്മരിച്ചു. ഉപ്പയുടെ ആ മങ്ങിയ മുഖം ഇന്നും അവന്റെ ഓർമ്മകളിൽ ഒരു നൊമ്പരമായി അവശേഷിക്കുന്നു.

ജോലിഭാരം കൊണ്ടുണ്ടായ കടുത്ത ക്ഷീണം അവനെ തളർത്തുന്നുണ്ടായിരുന്നു. കിച്ചണിൽ പാത്രങ്ങൾ കഴുകുന്ന റിയയുടെ അടുത്തേക്ക് ചെന്ന് അവൻ പറഞ്ഞു: «എടീ, പണി കഴിഞ്ഞില്ലേ? നീ വന്നൊന്ന് കിടക്കാൻ നോക്ക്. സമയം ഒരുപാടായി.»

«ഉം... ഇക്കാ, ഞാൻ ഇതാ വരുന്നു. നിങ്ങൾ പോയി കിടന്നോ,» അവൾ മറുപടി നൽകി.

റിയാസ് നേരെ പോയത് ഉമ്മയുടെ മുറിയിലേക്കായിരുന്നു. തന്റെ ശ്വാസത്തിന്റെ വേരുകൾ അവിടെയാണെന്ന് അവൻ എപ്പോഴും കരുതിയിരുന്നു. ഉമ്മയുടെ മരുന്നുകൾ ഓരോന്നായി നൽകിയ ശേഷം അവൻ ആ മടിയിൽ തലവെച്ചു കിടന്നു. ഒരു കുഞ്ഞിനെപ്പോലെ അവൻ ഉമ്മയുടെ സാമീപ്യം അനുഭവിച്ചു.

പെട്ടെന്ന് ഉമ്മയുടെ കൈകൾ അവന്റെ മുടിയിലൂടെ തലോടി.
«എടാ റിയാസ്....»
«മോനെ... എനിക്കിനി അധികകാലം ആയുസ്സുണ്ടാകുമെന്ന് തോന്നുന്നില്ലെടാ,» ഉമ്മയുടെ സ്വരത്തിൽ ഒരു വിറയലുണ്ടായിരുന്നു.

«എന്താ ഉമ്മാ ഈ പറയുന്നത്? ഉമ്മ ഇനിയും ഒരുപാട് കാലം ഞങ്ങളോടൊപ്പമുണ്ടാകും,» അവൻ ഉമ്മയെ ചേർത്തുപിടിച്ചു.

«ഇല്ല മോനെ... ഞാൻ മരിച്ചാൽ നീ എന്റെ റിയാമോളെ നന്നായി നോക്കണം കേട്ടോ. അവളെ ഒരു കുറവും അറിയിക്കരുത്.»

«ഉമ്മ അങ്ങനെയൊന്നും പറയല്ലേ. എനിക്ക് തോന്നുവാ... ഞാൻ മരിച്ചതിന് ശേഷമേ ഉമ്മ മരിക്കുകയുള്ളൂ എന്ന്,» ഉള്ളിലെ സങ്കടം ഒരു തമാശരൂപേണ അവൻ പറഞ്ഞു തീർത്തു.

ഉമ്മയെ ഉറക്കിയ ശേഷം റിയാസ് സ്വന്തം മുറിയിലേക്ക് ചെന്നു. റിയ അപ്പോഴേക്കും കിടന്നു കഴിഞ്ഞിരുന്നു. അവളുടെ അരികിൽ കിടന്ന റിയാസ് അവളെ തന്നിലേക്ക് ചേർത്തു പിടിച്ചു. അന്നേരമാണ് അവളുടെ ശരീരത്തിലെ അസാധാരണമായ ചൂട് അവൻ അറിഞ്ഞത്.

«എടീ... നിനക്ക് നല്ല പനിയുണ്ടല്ലോ,»

പരിഭ്രമത്തോടെ അവൻ പറഞ്ഞു. അവളുടെ നെറ്റിയിൽ തൊട്ടപ്പോൾ തീക്കനൽ പോലെ പൊള്ളുന്നു.

റിയാസ് വേഗം എഴുന്നേറ്റ് മരുന്നെടുത്തു കൊടുത്തു. മയക്കത്തിനിടയിലും അവൾ അത് എങ്ങനെയോ കുടിച്ചു. കിച്ചണിൽ പോയി ഒരു തുണി നനച്ചു കൊണ്ടുവന്ന അവൻ അവളുടെ നെറ്റിയിൽ ഇട്ടു.

അവളുടെ കൈകൾ തന്റെ കൈക്കുള്ളിൽ ചേർത്തു പിടിച്ചു കൊണ്ട്, ആ നെറ്റിയിൽ ഒരു ചുംബനം നൽകി അവൻ അന്ന് ഉറക്കത്തിലേക്ക് വഴുതി വീണു. പുറത്ത് അപ്പോഴും മഴ പെയ്തു തോർന്നിരുന്നില്ല.

****** ****** ******

അധ്യായം 2

പിറ്റേന്ന് പുലർച്ചെ അലാറം മുഴങ്ങുന്നതിന് മുൻപേ റിയാസ് ഉണർന്നിരുന്നു. പെയ്യാനിരിക്കുന്ന മഴയുടെ തണുപ്പും പനിച്ചു കിടക്കുന്ന ഭാര്യയുടെ നെറ്റിയിലെ ചൂടും അവന്റെ മനസ്സിനെ അസ്വസ്ഥനാക്കിയിരുന്നു. അവൻ പതിയെ എഴുന്നേറ്റ് ഉമ്മയുടെ മുറിയിലെത്തി അവരെ വിളിച്ചുണർത്തി. പിന്നെ വുളൂ എടുത്ത് സുബഹി നിസ്കാരത്തിനായി മുസല്ല വിരിച്ചു. പ്രാർഥനയിൽ തന്റെ നാഥനോട് അവൻ കുടുംബത്തിന്റെ സുരക്ഷയ്ക്കായി കേണപേക്ഷിച്ചു.

നിസ്കാരം കഴിഞ്ഞയുടനെ റിയാസ് നേരെ കിച്ചണിലേക്ക് ചെന്നു. ഉമ്മയ്ക്ക് പതിവുള്ള ചായ നൽകിയ ശേഷം അവൻ റിയയ്ക്ക് വേണ്ടി പ്രത്യേകമൊരു കോഫി തയ്യാറാക്കി. അവളുടെ പനിയൊന്ന് കുറയാൻ ആ ചൂട് പാനീയം സഹായിക്കുമെന്ന് അവൻ പ്രത്യാശിച്ചു. കപ്പുമായി മുറിയിലെത്തിയ അവൻ അവളെ മൃദുവായി തട്ടിവിളിച്ചു.

«റിയാ... റിയാ... ഒന്നെണീറ്റേ. ഇതൊന്ന് കുടിച്ചു നോക്ക്, നിനക്ക് നല്ല ആശ്വാസം തോന്നും.»

റിയാസ് അവളെ പതിയെ താങ്ങിപ്പിടിച്ച് എണീപ്പിച്ചിരുത്തി.

പാതി വിടർന്ന കണ്ണുകളോടെ അവൾ ആ കപ്പ് വാങ്ങി പതുക്കെ കുടിച്ചു. കോഫിയുടെ ഗന്ധവും ചൂടും അവളുടെ ക്ഷീണമൊന്ന് മാറ്റി.

«ഇക്കാ... ഇതാരുണ്ടാക്കിയതാ? ഉമ്മയാണോ?» അവൾ ആശ്ചര്യത്തോടെ ചോദിച്ചു.

«അല്ല... ഇത് ഉമ്മയുടെ കൈപ്പുണ്യമുള്ള നിന്റെ ഈ ഇക്ക തന്നെ ഉണ്ടാക്കിയതാ,» അവൻ പുഞ്ചിരിയോടെ പറഞ്ഞു.
«അതെയോ... ഇത് വളരെ നന്നായിരിക്കുന്നു. എനിക്കിപ്പോൾ കുറച്ചൊരു ആശ്വാസം തോന്നുന്നുണ്ട് ഇക്കാ.»

അന്ന് റിയയ്ക്ക് തീരെ വയ്യാത്തതിനാൽ പ്രഭാതഭക്ഷണവും റിയാസ് തന്നെയാണ് തയ്യാറാക്കിയത്. എല്ലാം മേശപ്പുറത്ത് ഭംഗിയായി ഒരുക്കിവെച്ച ശേഷം അവൻ ഉമ്മയെയും റിയയെയും അവിടേക്ക് വിളിച്ചു. ചായ കുടിക്കുന്നതിനിടയിൽ റിയാസ് ഉമ്മയോട് അവളുടെ ആരോഗ്യത്തെക്കുറിച്ച് ആശങ്ക പ്രകടിപ്പിച്ചു.

«മോനെ, നീ പറഞ്ഞത് ശരിയാ. റിയയുടെ മുഖമൊക്കെ വല്ലാതെ വാടിയിരിക്കുന്നു. നീ അവളെ വേഗം ഹോസ്പിറ്റലിൽ ഒന്ന് കൊണ്ടുപോയി കാണിക്കൂ,» ഉമ്മ പറഞ്ഞു.

«അയ്യോ ഉമ്മ... അതിന്റെയൊന്നും ആവശ്യമില്ല. ഒരു സാധാരണ പനിയല്ലേ, മരുന്ന് കുടിച്ചാൽ തന്നെ മാറിക്കോളും. എന്തിനാ വെറുതെ ഹോസ്പിറ്റലിലൊക്കെ പോകുന്നത്?» റിയ തടസ്സവാദം ഉന്നയിച്ചെങ്കിലും ഉമ്മയുടെയും റിയാസിന്റെയും നിർബന്ധത്തിന് മുന്നിൽ അവൾക്ക് വഴങ്ങേണ്ടി വന്നു.

«റിയാ... നീ വേഗം പോയി ഒരുങ്ങിക്കോ. നമുക്ക് ഇപ്പോൾ തന്നെ ഇറങ്ങണം,» റിയാസ് പറഞ്ഞു.

അവൾ അനുസരണയോടെ അകത്തേക്ക് പോയി. മനോഹരമായ വസ്ത്രങ്ങൾ ധരിച്ച് അവൾ പുറത്തുവന്നു. ക്ഷീണമുണ്ടെങ്കിലും ആ വേഷത്തിൽ അവൾ അതിസുന്ദരിയായിരുന്നു.

«റിയാ... നിന്നെ കാണാൻ നല്ല ഭംഗിയുണ്ട്. നീ വേഗം പോയി ഉമ്മയോട് യാത്ര പറഞ്ഞിട്ട് വാ.»

ബൈക്ക് സ്റ്റാർട്ട് ചെയ്ത് റിയാസ് ഉമ്മറത്ത് കാത്തുനിന്നു. റിയ പിന്നിൽ ഇരുന്നതും അവർ ഹോസ്പിറ്റൽ ലക്ഷ്യമാക്കി നീങ്ങി. അവൻ ജോലി ചെയ്യുന്ന അതേ ഹോസ്പിറ്റലിലേക്കാണ് അവർ പോയത്. ഇന്ന് ലീവായതിനാൽ സഹപ്രവർത്തകർക്കൊപ്പം നിൽക്കാതെ അവൻ വേഗം ടോക്കൺ എടുത്ത് വെയിറ്റിംഗ് ഏരിയയിലെത്തി.

ആളുകൾ തിങ്ങിനിറഞ്ഞ ആ ഹാളിൽ റിയാസ് ഏറെ പണിപ്പെട്ട് അടുത്തടുത്തായി രണ്ട് സീറ്റുകൾ കണ്ടെത്തി. അവളുടെ ഊഴം വരാൻ ഇനിയും സമയമുണ്ടായിരുന്നു. പനിയുടെ തളർച്ച കാരണം അവളുടെ കണ്ണുകൾ അടഞ്ഞു പോകുന്നുണ്ടായിരുന്നു. ഇത് കണ്ട റിയാസ് അവളുടെ തല തന്റെ ചുമലിലേക്ക് പതിയെ ചായ്ച്ചു വെച്ചു. അവന്റെ സ്നേഹത്തണലിൽ അവൾ പതുക്കെ മയക്കത്തിലേക്ക് വീണു.

അവളുടെ മുഖത്തെ വാട്ടം നോക്കി റിയാസ് മനസ്സിനോട് മന്ത്രിച്ചു: «നിനക്കൊന്നും സംഭവിക്കില്ല റിയാ... നീയില്ലാതെ എനിക്കെങ്ങനെ ജീവിക്കാനാകും?»

സമയത്തിന്റെ സൂചികൾ നീങ്ങിക്കൊണ്ടിരുന്നു. അവർക്ക ചുറ്റും ഹോസ്പിറ്റലിന്റെ തിരക്കുകളും ബഹളങ്ങളും ഉണ്ടായിരുന്നുവെങ്കിലും കുറച്ചു കഴിഞ്ഞപ്പോൾ റിയാസിന്റെ

ലോകം അവന്റെ ചുമലിൽ ചാഞ്ഞുറങ്ങുന്ന റിയയിൽ മാത്രമായിരുന്നു.

****** ****** ******

അധ്യായം 3

റിയയുടെ ഊഴത്തിനായി കാത്തിരിക്കുന്നതിനിടയിലാണ് പിന്നിൽ നിന്ന് ആരോ റിയാസിനെ പേരെടുത്തു വിളിക്കുന്നത് അവൻ കേട്ടത്.

«റിയാസേ... റിയാസേ...»

അവൻ തിരിഞ്ഞു നോക്കിയപ്പോൾ തന്റെ ഹോസ്പിറ്റലിലെ അസിസ്റ്റന്റ് മാനേജറാണ്.

«എന്തൊക്കെയാണ് വിശേഷം റിയാസേ?» അദ്ദേഹം സ്നേഹത്തോടെ തിരക്കി.

«അങ്ങനെ പോകുന്നു സാർ, കുഴപ്പമില്ല.» അവൻ വിനീതനായി മറുപടി നൽകി.

«നീയെന്താ ഇന്ന് ജോലിക്ക് വരാത്തത്? ലീവാണോ?»

«അതെ സാർ, വൈഫിന് നല്ല പനിയുണ്ട്. അതൊന്ന് കാണിക്കാൻ വന്നതാ.» റിയാസ് തന്റെ അരികിൽ ഇരിക്കുന്ന റിയയെ ചൂണ്ടിക്കാട്ടി.

റിയാസ് പരിചയപ്പെടുത്തിയപ്പോൾ അദ്ദേഹം റിയയ്ക്ക് നേരെ പുഞ്ചിരിച്ചു. «ഹായ്, ഞാനീ ഹോസ്പിറ്റലിലെ അസിസ്റ്റന്റ് മാനേജറാണ്.»

അല്പം ഗൗരവത്തോടെ അദ്ദേഹം വീണ്ടും റിയാസിലേക്ക് തിരിഞ്ഞു. «അല്ല റിയാസേ, നീ ഇന്നലെ രാത്രി ഉണ്ടായ ആ തീപിടുത്തത്തിൽ ഒരു കൊച്ചുപെൺകുട്ടിയെ ഇവിടെ എത്തിച്ചില്ലേ? അതാരുടെ മകളാണെന്ന് നിനക്കറിയാമോ?»

«ഏയ്... എനിക്കറിയില്ല സാർ. ആ തിരക്കിനിടയിൽ ഞാൻ അതൊന്നും ശ്രദ്ധിക്കാൻ പറ്റിയില്ല.»

«അത് നമ്മുടെ ഹോസ്പിറ്റൽ മാനേജരുടെ മകളാണ് റിയാസേ! നിന്നെ ഒന്ന് കാണണമെന്ന് അദ്ദേഹം എന്നോട് പ്രത്യേകം പറഞ്ഞിരുന്നു. ഒരു മിനിറ്റ് വൈകിയിരുന്നെങ്കിൽ ആ കുട്ടിയുടെ ജീവൻ രക്ഷിക്കാൻ കഴിയില്ലെന്നാണ് ഡോക്ടർമാർ പറയുന്നത്. നീ വലിയൊരു കാര്യമാണ് ചെയ്തത്.»

സംസാരത്തിനിടയിൽ അവിചാരിതമായി മാനേജർ അവിടേക്ക് കടന്നുവന്നു. റിയാസിനെ കണ്ടയുടനെ അദ്ദേഹം വേഗത്തിൽ അടുത്തു വന്ന് അവന്റെ കൈകൾ കൂട്ടിപ്പിടിച്ചു.

«റിയാസേ... എടാ, നീ ഇല്ലായിരുന്നെങ്കിൽ എന്റെ മോളെ എനിക്ക് നഷ്ടമായേനെ. നിന്റെ ഈ ആത്മാർത്ഥതയ്ക്ക് പ്രതിഫലമായി നിന്റെ സാലറി ഞാൻ വർദ്ധിപ്പിക്കുകയാണ്.»

«അയ്യോ, അതിന്റെയൊന്നും ആവശ്യമില്ല സാർ. ഞാൻ എന്റെ ഡ്യൂട്ടി ചെയ്തതല്ലേയുള്ളൂ?» റിയാസ് വിനയത്തോടെ ഒഴിഞ്ഞുമാറാൻ ശ്രമിച്ചെങ്കിലും മാനേജർ അത് സമ്മതിച്ചില്ല.

«അതൊന്നും പറഞ്ഞാൽ പറ്റില്ല. പിന്നെ, അടുത്ത മാസം ഇരുപത്തിയൊന്നിന് എന്റെ വീട്ടിൽ ഒരു പാർട്ടിയുണ്ട്. നീ എന്തായാലും വരണം.» അദ്ദേഹം സ്നേഹപൂർവ്വം ക്ഷണിച്ചു.

കുറച്ചു സമയത്തിന് ശേഷം നേഴ്സ് ടോക്കൺ നമ്പർ അനൗൺസ് ചെയ്തു. «അമ്പത്തിരണ്ട്, റിയ ഫാത്തിമ.»

റിയാസ് റിയയെയും കൂട്ടി ഡോക്ടറുടെ മുറിയിലേക്ക് കയറി. അവരെ കണ്ടയുടനെ ഡോക്ടർ ചിരിച്ചുകൊണ്ട് സ്വീകരിച്ചു. «ഹായ് റിയാസ്, ഇരിക്ക്. ഇതാരാ കൂടെ?»

«ഇതെന്റെ വൈഫ് ആണ് ഡോക്ടർ, റിയ.»

«ഓ, കല്യാണമൊക്കെ കഴിഞ്ഞു അല്ലേ? കൊള്ളാം. എന്താ അസുഖം?»

«ഇന്നലെ രാത്രി തൊട്ട് നല്ല പനിയുണ്ട് ഡോക്ടർ.»

ഡോക്ടർ അവളുടെ ടെമ്പറേച്ചർ പരിശോധിച്ചു. «ഹോ, നൂറ്റിപ്പത്ത് ഡിഗ്രി പനിയുണ്ടല്ലോ! പേടിക്കാനൊന്നുമില്ല, ഞാൻ കുറച്ചു മരുന്നുകൾ എഴുതുന്നുണ്ട്. ഇത് കൃത്യമായി കഴിക്കണം. ഒരാഴ്ച കഴിഞ്ഞിട്ട് മാറ്റമില്ലെങ്കിൽ വീണ്ടും വരണം.»

മരുന്നും വാങ്ങി അവർ വീട്ടിലേക്ക് തിരിച്ചു. ഉമ്മയോട് ഹോസ്പിറ്റലിലെ വിശേഷങ്ങളെല്ലാം വിവരിച്ചു കൊടുത്തു. ഉമ്മയ്ക്ക് വലിയ സന്തോഷമായി.

«റിയാസേ, നീ ഇവളെ കൊണ്ട് പോയി മുറിയിൽ കിടത്ത്. കുറച്ചു നേരം വിശ്രമിക്കട്ടെ.» ഉമ്മയുടെ വാക്കുകൾ കേട്ട് റിയാസ് അവളെ ചേർത്തുപിടിച്ച് മുറിയിലെത്തിച്ചു. അവളുടെ നെറ്റിയിൽ മൃദുവായി ചുംബിച്ചുകൊണ്ട് അവൻ പറഞ്ഞു:

«റിയാ, നീ കുറച്ചു സമയം ഒന്ന് ഉറങ്ങാൻ നോക്ക്. നല്ല റെസ്റ്റ് വേണം.» അവൾ പുഞ്ചിരിയോടെ തലയാട്ടി.

സമയം ഉച്ചയോടടുത്തു. റിയാസ് തന്നെ കിച്ചണിൽ പോയി ഭക്ഷണമുണ്ടാക്കി. ശേഷം ഉമ്മയെയും റിയയെയും വിളിച്ച് എല്ലാവരും ഒരുമിച്ചിരുന്ന് കഴിച്ചു. റിയയുടെ മുഖത്ത് ആ സ്നേഹത്തിന്റെ തണലിൽ ചെറിയൊരു ആശ്വാസം പ്രകടമായിരുന്നു. വൈകുന്നേരം കുളി കഴിഞ്ഞ് റിയാസ് ശാന്തമായി നിസ്കാരത്തിലേക്ക് തിരിഞ്ഞു. തന്റെ നാഥനോട് നന്ദി പറയുമ്പോൾ അവന്റെ മനസ്സ് നിറഞ്ഞിരുന്നു.

****** ****** ******

അധ്യായം 4

ദിവസങ്ങൾ ആഴ്ചകൾക്ക് വഴിമാറി. ഒരു മാസം എങ്ങനെ കടന്നുപോയെന്ന് റിയാസ് അറിഞ്ഞതേയില്ല. റിയയുടെ ആരോഗ്യം വീണ്ടെടുത്തതോടെ അവൾ പഴയതുപോലെ വീട്ടുജോലികളിൽ സജീവമായി. മാനേജർ ക്ഷണിച്ച ആ വലിയ പാർട്ടിയുടെ ദിവസം ഇന്നാണ്. വൈകുന്നേരം ജോലി കഴിഞ്ഞ് വന്ന റിയാസ് കുളിച്ച് നല്ലൊരു വസ്ത്രം ധരിച്ച് പോകാനൊരുങ്ങി. ഉമ്മയോടും റിയയോടും യാത്ര പറഞ്ഞ് അവൻ ആഡംബരങ്ങൾ നിറഞ്ഞ ആ പാർട്ടി ഹാളിലേക്ക് തിരിച്ചു.

ഹാളിൽ എത്തിയപ്പോൾ റിയാസ് ഒന്ന് അമ്പരന്നു. അത്രമേൽ വലിയൊരു ജനക്കൂട്ടം അവിടെയുണ്ടായിരുന്നു. ആരെയും പരിചയമില്ലാത്തതിനാൽ ഒതുങ്ങി നിൽക്കാൻ ശ്രമിക്കുന്നതിനിടയിലാണ് പരിചിതമായ ആ ശബ്ദം അവൻ കേട്ടത്.

«റിയാസേ... റിയാസേ...»

നോക്കിയപ്പോൾ സന്തോഷവാനായി നിൽക്കുന്ന തന്റെ മാനേജർ. റിയാസ് അദ്ദേഹത്തിനരികിലേക്ക് ചെന്നു.

«എന്താടാ ഇങ്ങനെ നോക്കി നിൽക്കുന്നത്? ആ കാണുന്ന പലഹാരങ്ങളൊക്കെ എടുത്തു കഴിക്ക്.»

«എനിക്ക് വേണ്ട സാർ, വിശപ്പില്ല,» റിയാസ് വിനയത്തോടെ നിരസിച്ചു.

«അതൊന്നും പറഞ്ഞാൽ പറ്റില്ല, നീ കഴിക്ക്.» അദ്ദേഹത്തിന്റെ സ്നേഹപൂർണ്ണമായ നിർബന്ധത്തിന് വഴങ്ങി റിയാസ് ഒരു പലഹാരം എടുത്തു കഴിച്ചു. അല്പസമയത്തിന് ശേഷം അദ്ദേഹം വീണ്ടും അടുത്തു വന്നു.

«നീ ആ ഡാൻസ് ഹാളിന്റെ അടുത്തേക്ക് വാ, നമുക്ക് കുറച്ച് ബിയർ കുടിക്കാം. എന്താടാ ഇങ്ങനെ നോക്കുന്നത്? നീ ഒന്ന് വന്നേ...»

മാനേജരുടെ നിർബന്ധത്തിന് മുന്നിൽ റിയാസിന് വീണ്ടും വഴങ്ങേണ്ടി വന്നു. താൻ ഒരിക്കലും ചെയ്യരുതെന്ന് കരുതിയ ലഹരിയുടെ വഴിയിലേക്ക് അവൻ ആദ്യമായി ചുവടുവെച്ചു. ആദ്യം ഒരല്പം, പിന്നെ അതൊരു ശീലമില്ലാത്തവന്റെ പരിധി വിട്ടു. വൈകാതെ റിയാസ് പൂർണ്ണമായും ലഹരിയുടെ പിടിയിലായി. ബോധം മറയുന്ന അവസ്ഥയിലായിരുന്നു അവൻ.

രാത്രി ഏറെ വൈകിയാണ് റിയാസ് വീട്ടിലെത്തിയത്. ഉമ്മറത്ത് കാത്തിരുന്ന ഉമ്മയും റിയയും അവന്റെ അവസ്ഥ കണ്ട് തകർന്നുപോയി. ഇതുവരെ തങ്ങൾ കണ്ടിട്ടുള്ള ആ ശാന്തനായ റിയാസല്ലായിരുന്നു അത്. അവൻ എന്തൊക്കെയോ അസംബന്ധങ്ങൾ പിറുപിറുക്കുന്നുണ്ടായിരുന്നു. റിയയുടെ ഉള്ളം വിങ്ങി. അവളുടെ കണ്ണിൽ നിന്നും കണ്ണീർ ധാരധാരയായി ഒഴുകി. ഉമ്മ അവളെ നെഞ്ചോട് ചേർത്ത് ആശ്വസിപ്പിച്ചു.

ഭക്ഷണം പോലും കഴിക്കാതെ റിയാസ് മുറിയിലേക്ക് നടന്നു കട്ടിലിൽ വീണു. റിയ അന്ന് രാത്രി വലിയൊരു വിരുന്നൊരുക്കി അവനെ കാത്തിരുന്നതായിരുന്നു. പക്ഷേ, ആ ഭക്ഷണത്തിലേക്ക് നോക്കാൻ പോലും അവൾക്കായില്ല. അവളും ഉമ്മയും അന്ന് പട്ടിണി കിടന്നു. റിയ ബാക്കി വന്ന ഭക്ഷണം ഫ്രിഡ്ജിൽ വെച്ച് മുറിയിലേക്ക് ചെന്നു. ഉറക്കം അവളുടെ കണ്ണുകളിൽ നിന്നും വിട്ടുപോയിരുന്നു.

മാനേജർ പുകഴ്ത്തി പറഞ്ഞ ആ നല്ല മനുഷ്യനാണോ തന്റെ മുന്നിൽ ഇങ്ങനെ കിടക്കുന്നത് എന്ന് അവൾ വേദനയോടെ ഓർത്തുകൊണ്ടിരുന്നു. ഏങ്ങലടക്കാനാവാതെ അവൾ തന്റെ ഭർത്താവിന്റെ അരികിൽ കിടന്നു. എപ്പോഴോ, ആ വേദനകൾക്കിടയിൽ അവൾ ഉറക്കത്തിലേക്ക് വഴുതി വീണു.

****** ****** ******

അധ്യായം 5

അന്ന് നേരം പുലരുന്നതിന് മുൻപേ റിയ ഉണർന്നു. രാത്രിയിലെ കലുഷിതമായ ഓർമ്മകൾ വിട്ടുമാറാത്ത മനസ്സോടെ അവൾ പ്രഭാതകർമ്മങ്ങൾ കഴിഞ്ഞ് സുബഹി നിസ്കരിച്ചു. വിറയ്ക്കുന്ന കൈകൾ നാഥനിലേക്ക് ഉയർത്തി അവൾ റിയാസിന് വേണ്ടി വിങ്ങിക്കരഞ്ഞു പ്രാർഥിച്ചു. പ്രാർഥന കഴിഞ്ഞ് എഴുന്നേറ്റ അവൾ പതിവുപോലെ ഉമ്മയെ വിളിക്കാനായി അവരുടെ മുറിയുടെ വാതിൽ പതുക്കെ തുറന്നു.

അവിടെ കണ്ട കാഴ്ച അവളുടെ ഹൃദയം തകർക്കുന്നതായിരുന്നു. സാധാരണ താനോ റിയാസോ ചെന്ന് വിളിക്കുമ്പോൾ മാത്രം ഉണരുന്ന ഉമ്മ, ഇന്ന് നേരത്തെ എഴുന്നേറ്റ് വുളു എടുത്ത് നിസ്കാരപ്പായയിലുണ്ട്. നിസ്കാരം കഴിഞ്ഞ് അവിടെത്തന്നെയിരുന്ന് വിങ്ങിപ്പൊട്ടിക്കൊണ്ട് റിയാസിന് വേണ്ടി കൈകൾ ഉയർത്തി മനമുരുകി പ്രാർഥിക്കുകയാണ് അവർ. ഉമ്മയുടെ നിസ്കാരക്കുപ്പായം കണ്ണീരിൽ കുതിർന്നിരുന്നു. ആ കാഴ്ച കണ്ടു നിൽക്കാൻ റിയയ്ക്കായില്ല; നിറഞ്ഞ കണ്ണുകളോടെ അവൾ അടുക്കളയിലേക്ക് നടന്നു.

സമയം മണിക്കൂറുകൾ കടന്നുപോയി. ഉച്ചയോടടുത്തപ്പോൾ റിയാസ് ഉറക്കം എഴുന്നേറ്റ് മുറ്റത്തുനിന്നും റിയയെ വിളിച്ചു. «റിയേ... റിയേ... നീ എവിടെയാ? എനിക്ക് നല്ല വിശപ്പ്... ചായ എവിടെ?»

റിയ മിണ്ടാതെ മേശപ്പുറത്ത് ചായയും പലഹാരങ്ങളും ഒരുക്കിവച്ചു. റിയാസ് വന്ന് ഭക്ഷണം കഴിക്കാൻ തുടങ്ങുമ്പോഴും അവൾ അവനെ നോക്കുകയോ ഒരക്ഷരം മിണ്ടുകയോ

ചെയ്തില്ല. പാത്രങ്ങൾ കഴുകാനായി അവൾ അടുക്കളയിലേക്ക് പോയപ്പോൾ റിയാസ് അവളുടെ പിന്നാലെ ചെന്നു. സ്നേഹത്തോടെ അവളെ പിന്നിൽനിന്നും കെട്ടിപ്പിടിച്ച റിയാസിനെ അവൾ ദേഷ്യത്തോടെ തട്ടിമാറ്റി. റിയാസ് അത്ഭുതപ്പെട്ടുപോയി; സാധാരണ ഇത്തരം പിണക്കങ്ങൾ കെട്ടിപ്പിടുത്തത്തിൽ അലിയാറുള്ളതാണ്. പക്ഷേ, ഇന്ന് അവളുടെ മുഖത്ത് ദേഷ്യത്തേക്കാൾ കൂടുതൽ വേദനയായിരുന്നു.

«നിങ്ങൾ ഇന്നലെ എവിടെയായിരുന്നു? കള്ള് കുടിച്ച് മത്തനായി വീട്ടിലേക്ക് വരാൻ നിങ്ങൾക്ക് എങ്ങനെ തോന്നി?» അവളുടെ ചോദ്യം ഒരു ഈർച്ചവാളുപോലെ അവന്റെ നെഞ്ചിൽ തറച്ചു.

«എടീ... നീ ദേഷ്യപ്പെടാതെ. ഇന്നലെ അറിയാതെ പറ്റിപ്പോയതാണ്. എന്റെ ആ മാനേജർ നിർബന്ധിച്ചു കുടിപ്പിച്ചതാണ്...» റിയാസ് പതുക്കെ പറഞ്ഞു.

«അതൊന്നും പറഞ്ഞിട്ട് കാര്യമില്ല. എന്നോടല്ല, നിങ്ങൾ ചെന്ന് ഉമ്മയോടാണ് മാപ്പ് ചോദിക്കേണ്ടത്. ഉമ്മയുടെ സങ്കടം നിങ്ങൾ പോയി കാണൂ.»

റിയാസ് തലകുനിച്ച് ഉമ്മയുടെ മുറിയിലേക്ക് ചെന്നു. വാതിൽ തുറന്ന് അകത്തേക്ക് കയറിയ മകനെ കണ്ടതും ഉമ്മയുടെ മുഖം വാടി. «മോനെ... റിയാസേ... നീ ഇന്നലെ ചെയ്തത് കണ്ട് റിയാമോൾ എത്രത്തോളം വിഷമിച്ചെന്നറിയാമോ? ഇനി ഒരിക്കലും ഇങ്ങനെ ചെയ്യരുത്. കഴിഞ്ഞത് കഴിഞ്ഞു, ഇനി നീ പഴയതുപോലെ നല്ലൊരു മനുഷ്യനായി ജീവിക്കണം.»

ഉമ്മയുടെ വാക്കുകൾ കേട്ടതും റിയാസിന്റെ കണ്ണ് നിറഞ്ഞു. നിറഞ്ഞൊഴുകിയ കണ്ണുനീർ ഉമ്മ തന്റെ വിറയ്ക്കുന്ന കൈകൾ കൊണ്ട് തുടച്ചു കൊടുത്തു. റിയാസ് തന്റെ തെറ്റുകൾ തിരിച്ചറിഞ്ഞു. അവൻ നേരെ റിയയുടെ അടുത്തെത്തി

കാര്യങ്ങളെല്ലാം പറഞ്ഞു. അവളുടെ ദേഷ്യം അലിഞ്ഞുപോയിരുന്നു; അവൾ അവനെ നോക്കി മനോഹരമായി ഒന്ന് പുഞ്ചിരിച്ചു. കാർമേഘങ്ങൾ ഒഴിഞ്ഞുപോയ ആകാശം പോലെ അവരുടെ ജീവിതത്തിൽ വീണ്ടും സന്തോഷത്തിന്റെ കിരണങ്ങൾ തെളിഞ്ഞു

****** ****** ******

അധ്യായം 6

അടുത്ത ദിവസം രാവിലെ റിയാസ് ഉറക്കമുണർന്നത് ഫോണിന്റെ നിർത്താതെയുള്ള ബെല്ലടി കേട്ടുകൊണ്ടാണ്. പാതിമയക്കത്തിൽ അവൻ ഫോണെടുത്തു.

«ഹലോ...» «ആംബുലൻസ് അല്ലേ?» മറുതലയ്ക്കൽ പരിഭ്രാന്തമായ ഒരു ശബ്ദം. «അതെ, പറയൂ.» «ഇവിടെ വലിയൊരു അപകടം നടന്നിട്ടുണ്ട്. സാറിന് പെട്ടെന്ന് ഒന്ന് എത്താൻ കഴിയുമോ?» «സ്ഥലം പറയൂ, ഇതാ ഞാൻ എത്തിക്കഴിഞ്ഞു!»

റിയാസ് നിമിഷങ്ങൾക്കുള്ളിൽ ആംബുലൻസുമായി സംഭവസ്ഥലത്തേക്ക് പാഞ്ഞു. സയറൻ മുഴക്കി അതിവേഗത്തിൽ കുതിച്ചെത്തിയ റിയാസിനെ നാട്ടുകാർ പ്രതീക്ഷയോടെ എതിരേറ്റു. രക്തത്തിൽ കുളിച്ചു കിടന്ന ആ യുവാവിനെ അവർ ആംബുലൻസിലേക്ക് മാറ്റി. പരിക്കേറ്റവന്റെ സുഹൃത്തുക്കളും കൂടെക്കയറി.

«വേഗം ഹോസ്പിറ്റലിലേക്ക് വിടൂ...» ഒരാൾ വിളിച്ചു പറഞ്ഞു.

റിയാസ് വണ്ടി സ്റ്റാർട്ട് ചെയ്തു. ഹോസ്പിറ്റൽ ലക്ഷ്യമാക്കി ആംബുലൻസ് കുതിച്ചു. നിരത്തിലൂടെ പായുന്ന ആംബുലൻസിനു മുന്നിൽ മറ്റു വാഹനങ്ങൾ വഴിമാറിക്കൊടുത്തു. മിനിറ്റുകൾക്കുള്ളിൽ അവൻ ഹോസ്പിറ്റൽ മുറ്റത്തെത്തി. വിവരമറിഞ്ഞ് സ്ട്രെച്ചറുമായി ഡോക്ടർമാരും ജീവനക്കാരും പാഞ്ഞെത്തി. അവർ അയാളെ

അത്യാഹിത വിഭാഗത്തിലേക്ക് മാറ്റി.

സമയം ഓരോ നിമിഷവും ഭാരമേറിയതായി തോന്നി. അപ്പോഴേക്കും അപകടത്തിൽപ്പെട്ടയാളുടെ കുടുംബാംഗങ്ങൾ കരഞ്ഞുകൊണ്ട് ഹോസ്പിറ്റലിലെത്തിയിരുന്നു. അവരുടെ പ്രാർത്ഥനകളും വെപ്രാളവും വരാന്തയിൽ നിറഞ്ഞുനിന്നു. ഒടുവിൽ തിയേറ്ററിന്റെ വാതിൽ തുറന്ന് ഒരു സിസ്റ്റർ പുറത്തുവന്നു.

«ഇവിടെ പരിക്കേറ്റു വന്നയാളുടെ വീട്ടുകാർ ആരാണ്?» അവർ തിരക്കി. «ഞങ്ങളാണ് സിസ്റ്റർ... എന്തെങ്കിലും കുഴപ്പമുണ്ടോ?» അവർ വേവലാതിയോടെ അടുത്തുചെന്നു. «ഏയ്... പേടിക്കാനൊന്നുമില്ല. ഭാഗ്യത്തിന് സമയത്തിന് ഹോസ്പിറ്റലിലെത്തിക്കാൻ കഴിഞ്ഞു. അതുകൊണ്ടാണ് ജീവൻ രക്ഷിക്കാനായത്. അല്ലെങ്കിൽ അപകടം സംഭവിക്കുമായിരുന്നു.»

ആ വാക്കുകൾ കേട്ടപ്പോൾ ഒരു ഉമ്മയുടെ കണ്ണുകളിൽ നിന്നും ആശ്വാസത്തിന്റെ കണ്ണീർ പൊഴിഞ്ഞു. ആ ഉമ്മ റിയാസിനടുത്തേക്ക് നടന്നു ചെന്നു

«സാറേ... വലിയ ഉപകാരം. നിങ്ങൾ ഞങ്ങളുടെ ദൈവമാണ്. നിങ്ങളില്ലായിരുന്നുവെങ്കിൽ എന്റെ മകനെ ഞങ്ങൾക്ക് നഷ്ടമായേനെ.» ആ ഉമ്മ വിങ്ങലോടെ തുടർന്നു: «എന്റെ മകൻ ലഹരിക്കടിമയാണ് സാറേ... ആരോടും അവൻ ഒന്നും കേൾക്കില്ല. ലഹരി തലയ്ക്ക് പിടിച്ചാൽ ബോധമില്ലാത്ത അവസ്ഥയാണ്. പലരും ഉപദേശിക്കും ഇതിന് അടിമപ്പെടരുത് എന്ന്. നീ നശിച്ചാൽ നിന്റെ കുടുംബമാണ് ഇല്ലാതാവുക എന്ന് പറഞ്ഞിട്ടും അവൻ അനുസരിച്ചില്ല.»
റിയാസിന്റെ ഉള്ളിൽ ആ വാക്കുകൾ ഒരു മിന്നൽ പോലെ കടന്നുപോയി.

തലേദിവസത്തെ തന്റെ അവസ്ഥയെക്കുറിച്ച് അവൻ ഓർത്തു. «നിങ്ങൾ ഒരു നല്ല മനുഷ്യനാണ് സാർ. നിങ്ങളെപ്പോലുള്ളവരെയാണ് ഈ ലോകത്തിന് ആവശ്യം. നിങ്ങളൊരിക്കലും ഇത്തരത്തിലുള്ള ലഹരികളിൽ അകപ്പെടരുത്...»

റിയാസ് തലയാട്ടി. «സാരമില്ല, എല്ലാം ശരിയാകും. നിങ്ങൾ ദൈവത്തോട് പ്രാർഥിക്കൂ. അവൻ പഴയ ജീവിതത്തിലേക്ക് തിരിച്ചു വരും.»

അവിടുന്ന് മടങ്ങുമ്പോൾ റിയാസിന്റെ മനസ്സ് വല്ലാതെ ഭാരപ്പെട്ടിരുന്നു. അവൻ തൊട്ടടുത്ത പള്ളിയിൽ കയറി. വുളു എടുത്ത് അസ്വർ നിസ്കരിച്ചു. വിറയ്ക്കുന്ന കൈകളുയർത്തി അവൻ തന്റെ നാഥനോട് നന്ദി പറഞ്ഞു. തന്റെ തെറ്റുകൾ പൊറുക്കാൻ യാചിച്ചു. പള്ളിയിൽ നിന്നും പുറത്തിറങ്ങുമ്പോൾ വൈകുന്നേരം ഇരുട്ടു വീണു തുടങ്ങിയിരുന്നു. റിയാസ് കടയിൽ കയറി ഉമ്മയ്ക്ക് കുറച്ചു പഴങ്ങളും റിയ പറഞ്ഞ പച്ചക്കറികളും വാങ്ങി ബൈക്കിൽ വീട്ടിലേക്ക് തിരിച്ചു
. അവന്റെ മനസ്സിൽ അപ്പോൾ പഴയ റിയാസ് വീണ്ടും ഉണർന്നിരുന്നു.

****** ****** ******

അധ്യായം 7

സന്ധ്യ മയങ്ങിയ നേരത്താണ് മുറ്റത്ത് ഒരു ബൈക്കിന്റെ ശബ്ദം കേട്ടത്. ഉമ്മറത്ത് കാത്തുനിന്നിരുന്ന റിയയും ഉമ്മയും പരസ്പരം നോക്കി. ഉമ്മ പതിയെ പറഞ്ഞു: «മോളെ, അത് റിയാസ് എത്തിയെന്ന് തോന്നുന്നു...»

റിയാസ് ബൈക്ക് സ്റ്റാൻഡ് ഇട്ട് വേഗത്തിൽ അകത്തേക്ക് കയറി. അവരുടെ മുഖത്തെ വല്ലാത്തൊരു പ്രകാശം കണ്ടപ്പോൾ അവന് അത്ഭുതം തോന്നി. വല്ലാത്തൊരു മൂകതയും എന്നാൽ അടക്കിപ്പിടിച്ചൊരു സന്തോഷവും അവിടെ തളംകെട്ടി നിൽക്കുന്നു.

«എന്താ രണ്ടാളും കൂടി ഇങ്ങനെയൊരു നിൽപ്പ്? മുഖത്ത് എന്തെന്നില്ലാത്തൊരു സന്തോഷം കാണുന്നുണ്ടല്ലോ?» റിയാസ് കൗതുകത്തോടെ ചോദിച്ചു.

റിയാ മോൾ നാണത്തോടെ തലതാഴ്ത്തി. «അത്... അത് പിന്നെ... ഇക്കാ...» അവൾക്ക് വാക്കുകൾ പൂർത്തിയാക്കാൻ കഴിഞ്ഞില്ല.

«റിയാമോളെ, നീ നിൽക്ക്... ആ സന്തോഷവാർത്ത ഞാൻ തന്നെ അവനോട് പറയാം,» ഉമ്മ ഇടപെട്ടു.

«നിങ്ങൾ ആരെങ്കിലും ഒന്ന് പറയൂ ഉമ്മാ, എനിക്ക് ആകാംക്ഷയാകുന്നു!» റിയാസ് നിർബന്ധിച്ചു.

«റിയാസ് മോനെ... നമ്മുടെ റിയാമോൾ ഗർഭിണിയാണ്. നീ ഒരു അച്ഛനാകാൻ പോകുന്നു!.

ഉമ്മ അത് പറഞ്ഞു തീർത്തതും റിയാസിന്റെ കണ്ണുകളിൽ വിശ്വസിക്കാനാവാത്ത സന്തോഷം മിന്നിമറഞ്ഞു.

«സത്യമാണോ ഉമ്മാ?» അവൻ അമ്പരപ്പോടെ ചോദിച്ചു.

«അതേടാ... സത്യമാണ്.» ഉമ്മയുടെ മറുപടി കേട്ടതും റിയാസിന്റെ കയ്യിലിരുന്ന കവറുകൾ നിലത്ത് വീണു. അവൻ ആവേഗത്തോടെ റിയയെയും ഉമ്മയെയും ചേർത്തുപിടിച്ചു. സന്തോഷം കൊണ്ട് അവന്റെ കണ്ണ് നിറയുന്നുണ്ടായിരുന്നു.

«റിയാസേ...» ഉമ്മ അവനെ തട്ടി വിളിച്ചു. «അതേയ്, നാളെ തന്നെ അവളെയും കൂട്ടി സ്കാനിങ്ങിന് ഹോസ്പിറ്റലിൽ പോകണം കേട്ടോ. ഒട്ടും വൈകിക്കണ്ട.»

«തീർച്ചയായും ഉമ്മാ, നാളെത്തന്നെ പോകാം,» റിയാസ് ആവേശത്തോടെ പറഞ്ഞു.

അന്ന് രാത്രി ആ സന്തോഷത്തിന്റെ സ്മരണയിൽ റിയാസ് തന്നെ എല്ലാവർക്കുമായി ബിരിയാണി തയ്യാറാക്കി. ഒരു വലിയ ആഘോഷത്തിന്റെ പ്രതീതിയായിരുന്നു ആ വീട്ടിൽ. ഭക്ഷണം കഴിഞ്ഞ് എല്ലാവരും ഉറങ്ങാൻ പോയി. റിയാസ് കിച്ചണിലെ പാത്രങ്ങളെല്ലാം കഴുകി വൃത്തിയാക്കി മുറിയിലെത്തുമ്പോൾ റിയ അവിടെ കിടക്കുന്നുണ്ടായിരുന്നു. അവൻ അവൾക്കരികിലായി ചേർന്നു കിടന്നു.

«റിയാ... നീ ഉറങ്ങിയോ?» അവൻ പതുക്കെ വിളിച്ചു.

«ഇല്ല ഇക്കാ... എന്തേയ്?» അവൾ തിരിഞ്ഞു നോക്കി ചോദിച്ചു.

«ഒന്നുമില്ല, വെറുതെ ചോദിച്ചതാ... നമ്മുടെ കുഞ്ഞ് എന്നായിരിക്കും വരിക? നമ്മൾ അവന് എന്ത് പേരിടും?»

അവന്റെ ശബ്ദത്തിൽ ആകാംക്ഷ നിറഞ്ഞുനിന്നു.

റിയ ഒന്ന് ചിരിച്ചു. «ഇക്കാ, അതൊക്കെ കുഞ്ഞുണ്ടായിട്ട് തീരുമാനിക്കാം. ഇപ്പോൾ ഇക്കയ്ക്ക് ആവേശം അല്പം കൂടുന്നുണ്ട് കേട്ടോ...»

അതുകേട്ട് റിയാസ് പതുക്കെ ചിരിച്ചു. അവൻ അവളുടെ വയറിൽ കൈവെച്ച് തന്നിലേക്ക് ചേർത്തുപിടിച്ചു. സ്നേഹപൂർവ്വം ആ നെറ്റിയിൽ ചുംബിച്ചു.

«ഏയ്... മതി മതി... എന്നെയൊന്ന് വിട്. എനിക്കിപ്പോൾ വല്ലാത്തൊരു വേദന തോന്നുന്നുണ്ട്,» റിയ പതുക്കെ പറഞ്ഞു. «സോറി... സോറി മോളെ, വേദനിച്ചോ? കുഴപ്പമൊന്നുമില്ലല്ലോ?» റിയാസ് വേഗത്തിൽ കൈ പിൻവലിച്ചു.

«ഇല്ല, കുഴപ്പമൊന്നുമില്ല ഇക്കാ...» അവൾ അവനെ ആശ്വസിപ്പിച്ചു.

രാത്രിയുടെ നിശബ്ദതയിൽ അവർ ഭാവിയിലെ കുഞ്ഞു സ്വപ്നങ്ങളെക്കുറിച്ച് സംസാരിച്ചുകൊണ്ടിരുന്നു. പുറത്ത് ലോകം നിശബ്ദമായിരുന്നു. ജനലിലൂടെ ഒഴുകിയെത്തിയ കാറ്റിന്റെ തണുപ്പിൽ, ആ സന്തോഷ നിമിഷങ്ങൾ നെഞ്ചോട് ചേർത്ത് അവർ സാവധാനം ഉറക്കത്തിലേക്ക് വഴുതിവീണു

****** ****** ******

അധ്യായം 8

പിറ്റേന്ന് പുലരിയിൽ പക്ഷികളുടെ കളകൂജനത്തിനൊപ്പം റിയാസ് ഉണർന്നു. മനസ്സ് നിറയെ വരാനിരിക്കുന്ന പുതിയ അതിഥിയെക്കുറിച്ചുള്ള സ്വപ്നങ്ങളായിരുന്നു. സുബഹി നിസ്കാരം കഴിഞ്ഞ് അവൻ പതിയെ ഉമ്മയുടെ മുറിയിലെത്തി അവരെ വിളിച്ചുണർത്തി. അവർക്കായി സ്നേഹത്തോടെ തയ്യാറാക്കിയ കോഫി മേശപ്പുറത്ത് വെച്ച ശേഷം അവൻ റിയയുടെ അടുത്തേക്ക് നടന്നു.

മുറിയിൽ അപ്പോഴും പുലർകാലത്തിന്റെ നേർത്ത തണുപ്പ് തളംകെട്ടി നിന്നിരുന്നു. റിയാസ് ഒരു കപ്പ് കോഫിയുമായി അവൾക്കരികിൽ ഇരുന്നു. ഉറക്കച്ചടവിലായിരുന്ന അവളെ വല്ലാതെ പ്രയാസപ്പെട്ടാണ് അവൻ എണീപ്പിച്ചിരുത്തിയത്. കുറച്ചുനേരം ആ ഇരിപ്പിൽ തന്നെ അവൾ അവന്റെ തോളിലേക്ക് ചാഞ്ഞു. പിന്നീട് മെല്ലെ എഴുന്നേറ്റ് ഒന്ന് ഫ്രഷ് ആകാനായി ബാത്റൂമിലേക്ക് പോയി.

റിയാസ് അവിടെത്തന്നെ അവളെ കാത്തിരുന്നു. കുളി കഴിഞ്ഞ് വന്ന അവളുടെ അടുത്തേക്ക് അവൻ ആ ചൂട് കോഫി നീട്ടി. അത് കുടിക്കുമ്പോൾ അവളുടെ മുഖത്ത് വലിയൊരു ആശ്വാസം പ്രകടമായിരുന്നു.

«ഇക്കാ... നിങ്ങളുണ്ടാക്കിയ ഈ കോഫി കുടിച്ചപ്പോൾ എനിക്ക് നല്ല സുഖം തോന്നുന്നുണ്ട്,» അവൾ അവനെ നോക്കി പുഞ്ചിരിച്ചു.

«മ്മ്... മതി പുകഴ്ത്തിയത്. ഇനി നീ കുറച്ചുനേരം വിശ്രമിക്ക്. ഞാൻ പോയി പ്രഭാതഭക്ഷണം ഉണ്ടാക്കാം. ഇന്ന് നിനക്ക് സ്പെഷ്യൽ ചായയും കടിയും എന്റെ വകയാ,» അവൻ കുസൃതിയോടെ പറഞ്ഞു.

അടുക്കളയിൽ റിയാസ് തിരക്കിലായി. അധികം വൈകാതെ അവൻ മേശപ്പുറത്ത് പലഹാരങ്ങൾ നിരത്തി. ഉമ്മയെയും റിയയെയും വിളിച്ച് മൂവരും ഒരുമിച്ചിരുന്ന് പ്രഭാതഭക്ഷണം കഴിച്ചു. ഓരോ വിശേഷങ്ങൾ സംസാരിക്കുന്നതിനിടയിൽ ഉമ്മ പറഞ്ഞു:

«റിയാസ്... നീയവളെയും കൂട്ടി ഇപ്പോൾ തന്നെ ഹോസ്പിറ്റലിലേക്ക് പൊയ്ക്കോ. വൈകിയാൽ അവിടെ നല്ല തിരക്കായിരിക്കും.»

ഉമ്മയുടെ വാക്ക് കേട്ട് അവർ വേഗം തയ്യാറായി. യാത്രയ്ക്കിടയിൽ റിയാസ് അവർക്ക് പ്രിയപ്പെട്ട ഒരു കഫെയിൽ വണ്ടി നിർത്തി. «റിയാ... നിനക്ക് ഈ കഫെ ഓർമ്മയുണ്ടോ?» അവൻ ചോദിച്ചു.

«പിന്നെ ഇല്ലാതെ! നമ്മൾ ഒരുമിച്ചിരുന്ന് കോഫി കുടിച്ചതും, നിങ്ങൾ എനിക്കിവിടെ വെച്ചല്ലേ ആ ഡയമണ്ട് മോതിരം സമ്മാനിച്ചതും,» പഴയ ഓർമ്മകൾ പങ്കുവെക്കുമ്പോൾ അവളുടെ കണ്ണുകളിൽ തിളക്കം കൂടി. രണ്ട് കോഫി കൂടി കുടിച്ച ശേഷം അവർ ഹോസ്പിറ്റലിലെത്തി.

സ്കാനിംഗ് കഴിഞ്ഞ് ഡോക്ടർ റിയാസിനെ അടുത്തേക്ക് വിളിച്ചു. «റിയാസ്... പേടിക്കാനൊന്നുമില്ല. ഇപ്പോൾ അവൾക്ക് കുഴപ്പമൊന്നുമില്ല. ഇനി എല്ലാ മാസവും സ്കാനിംഗിനായി വരേണ്ടതില്ല. പക്ഷേ, ഒരു കാര്യം പ്രത്യേകം ശ്രദ്ധിക്കണം. അവൾക്ക് എന്തെങ്കിലും വേദന തോന്നുകയാണെങ്കിൽ ഒട്ടും വൈകിക്കാതെ ഹോസ്പിറ്റലിലെത്തിക്കണം.

സമയത്തിന് എത്തിച്ചില്ലെങ്കിൽ അമ്മയുടെയോ കുഞ്ഞിന്റെയോ ജീവന് തന്നെ അത് അപകടമായേക്കാം.»

ഡോക്ടറുടെ വാക്കുകൾ മനസ്സിൽ ഉറപ്പിച്ചുകൊണ്ട് റിയാസ് ബില്ലടച്ച് വീട്ടിലേക്ക് മടങ്ങി. വീട്ടിലെത്തിയ ഉടനെ റിയ ഉമ്മയോട് സന്തോഷവാർത്തകൾ പങ്കുവെച്ചു. «അൽഹംദുലില്ലാഹ്...» എന്ന് ഉമ്മ നന്ദിയോടെ മന്ത്രിച്ചു.

രാത്രിയോടെ വീട്ടിൽ കുറച്ച് ബന്ധുക്കൾ കൂടി എത്തിയിരുന്നു. റിയാസ് തയ്യാറാക്കിയ നെയ്ച്ചോറിന്റെ ഗന്ധം വീടാകെ പരന്നു. എല്ലാവരും ആസ്വദിച്ച് ഭക്ഷണം കഴിക്കുന്നതിനിടയിൽ സംസാരവിഷയം മുഴുവൻ റിയയെക്കുറിച്ചായിരുന്നു. റിയാസിന്റെ കൈപ്പുണ്യത്തെ പ്രശംസിക്കാൻ അവർ മറന്നില്ല.

രാത്രി ഏറെ വൈകി അതിഥികളെല്ലാം മടങ്ങിയപ്പോൾ റിയ നേരത്തെ തന്നെ ഉറക്കത്തിലേക്ക് വഴുതിവീണിരുന്നു. റിയാസ് അവൾക്കരികിലെത്തി പുതപ്പ് നേരെയാക്കി കൊടുത്തു. മുറിയിലെ വിളക്കുകൾ അണച്ച് അവളുടെ ശ്വാസത്തിന്റെ താളത്തിന് കാതോർത്ത് അവൻ പതുക്കെ കണ്ണുകളടച്ചു. ചുറ്റുമുള്ള നിശബ്ദതയിൽ ആ വീട് സമാധാനത്തോടെ ഉറങ്ങുകയായിരുന്നു.

****** ****** ******

അധ്യായം 9

അലാറത്തിന്റെ നിലയ്ക്കാത്ത ശബ്ദം കേട്ടാണ് റിയാസ് ഉറക്കമുണർന്നത്. പുലർകാലത്തിന്റെ നിശബ്ദതയിൽ ആ ശബ്ദം വീടാകെ മുഴങ്ങുന്നുണ്ടായിരുന്നു. അലാറം ഓഫാക്കി അവൻ സാവധാനം എഴുന്നേറ്റ് ഉമ്മയുടെ മുറിയിലേക്ക് നടന്നു. ഉമ്മയെ വിളിച്ചുണർത്തിയ ശേഷം ബാത്റൂമിൽ പോയി വുളൂ എടുത്തു. പിന്നെ സുബഹി നിസ്കാരം നിർവ്വഹിച്ചു. നിസ്കാരത്തിന് ശേഷം തന്റെ വിറയ്ക്കുന്ന കൈകൾ നാഥനിലേക്ക് ഉയർത്തി അവൻ മനമുരുകി പ്രാർഥിച്ചു. തന്റെ കുടുംബത്തിന് വേണ്ടിയും, പ്രത്യേകിച്ച് ഗർഭിണിയായ തന്റെ പ്രിയതമയ്ക്ക് വേണ്ടിയും, സൽഗുണസമ്പന്നനായ ഒരു കുഞ്ഞു ജനിക്കാനുമായിരുന്നു ആ പ്രാർഥന.

പ്രാർഥനയ്ക്ക് ശേഷം ഉമ്മയ്ക്കായി ചായ തയ്യാറാക്കി അവൻ അവരുടെ മുറിയിലെത്തിച്ചു. ചായ നൽകി തിരികെ പോകാനൊരുങ്ങുമ്പോൾ ഉമ്മ അവനെ അരികിലേക്ക് വിളിച്ചു.

«റിയാസേ... മോനെ...» «എന്താ ഉമ്മാ?» «റിയാമോൾ എണീറ്റോടാ?» «ഇല്ല ഉമ്മാ, അവൾ നല്ല ഉറക്കത്തിലാണ്.» «എന്നാൽ അവളെ ഇപ്പോൾ വിളിക്കണ്ട കേട്ടോ. അവൾക്ക് നല്ല വിശ്രമവും ഉറക്കവും ആവശ്യമാണ്. ശരീരം ഒന്ന് നന്നായി ശ്രദ്ധിക്കട്ടെ,» ഉമ്മ വാത്സല്യത്തോടെ പറഞ്ഞു. «ശരി ഉമ്മാ... അങ്ങനെയാകട്ടെ,» റിയാസ് തലയാട്ടി.

കുറച്ചു സമയം കഴിഞ്ഞ് റിയ ഉറക്കമുണർന്നപ്പോൾ എല്ലാവരും ഒരുമിച്ചിരുന്ന് ചായ കുടിച്ചു. ശേഷം റിയാസ് തന്റെ ഔദ്യോഗിക

കൃത്യനിർവ്വഹണത്തിനായി തയ്യാറായി. അവൻ മുറ്റത്തിറങ്ങിയപ്പോൾ ബൈക്കിന്റെ താക്കോലുമായി റിയ അവിടേക്ക് വന്നു.

«എന്തിനാ മോളെ നീ ഈ കഷ്ടപ്പെടുന്നത്? ഞാനില്ലേ ഇവിടെ?» ഉമ്മ സ്നേഹപൂർവ്വം അവളെ വിലക്കി. «ഡോക്ടർ പറഞ്ഞത് നീ മറന്നോ? നിനക്ക് നല്ല വിശ്രമം വേണം. നിന്റെയും ആ കുഞ്ഞിന്റെയും ആരോഗ്യം നീ തന്നെ ശ്രദ്ധിക്കണം. അതിൽ ഒരു വീഴ്ചയും വരുത്തരുത്.» «ശരി ഉമ്മാ...» അവൾ പുഞ്ചിരിയോടെ മറുപടി നൽകി.

റിയയും ഉമ്മയും ചേർന്ന് റിയാസിനെ യാത്രയാക്കി. അവൻ നേരെ ഹോസ്പിറ്റലിലേക്ക് തിരിച്ചു. തിരക്കുപിടിച്ച ആംബുലൻസ് ഡ്രൈവർ ജീവിതം അവിടെ അവനെ കാത്തിരിപ്പുണ്ടായിരുന്നു. ഓരോ നിമിഷവും ജീവനുവേണ്ടിയുള്ള പരക്കംപാച്ചിൽ.

വൈകുന്നേരം ജോലി കഴിഞ്ഞ് അവൻ തിരികെ എത്തിയപ്പോൾ സിറ്റൗട്ടിൽ തന്നെ കാത്തിരിക്കുന്ന പ്രിയപ്പെട്ടവരെ കണ്ട് അവന്റെ മനസ്സ് നിറഞ്ഞു. സിറ്റൗട്ടിൽ വന്നിരുന്ന് അവൻ അന്നത്തെ ഹോസ്പിറ്റൽ വിശേഷങ്ങൾ അവരുമായി പങ്കുവെച്ചു. റിയാസിന്റെ വാക്കുകൾക്കിടയിൽ പലപ്പോഴും ഉമ്മയുടെയും റിയയുടെയും കണ്ണുകൾ ഈറനണിയുന്നുണ്ടായിരുന്നു. ഓരോ അപകടത്തിൽപ്പെട്ടവരെയും ജീവൻ പണയം വെച്ച് ഹോസ്പിറ്റലിൽ എത്തിച്ച കാര്യങ്ങളും, ചിലപ്പോഴൊക്കെ തന്റെ കൈകളിൽ കിടന്ന് അവരുടെ ജീവൻ പൊലിഞ്ഞുപോയതുമായ ഹൃദയഭേദകമായ കഥകൾ കേട്ട് അവരുടെ ഉള്ളം നൊന്തു. രക്തത്തിൽ കുളിച്ചു കിടക്കുന്ന ശരീരങ്ങളെ ആംബുലൻസിലേക്ക് കയറ്റുമ്പോഴുള്ള ആ വേദന റിയാസ് വിവരിച്ചപ്പോൾ ഉമ്മ ചോദിച്ചു:

«മോനെ... റിയാസേ... ഇതൊക്കെ കേൾക്കുമ്പോൾ എന്റെ കണ്ണ് നിറയുന്നു. നിനക്ക് ഇതൊന്നും കണ്ട് സങ്കടം തോന്നാറില്ലേടാ?» റിയാസ് ഒന്ന് ദീർഘനിശ്വസിച്ചു. «ഉമ്മാ... ഇതൊക്കെ എന്റെ ജോലിയുടെ ഭാഗമല്ലേ? ഇത്തരം കാഴ്ചകൾ ഇപ്പോൾ നിത്യ സംഭവമായി മാറി...»

രാത്രിയുടെ നിശബ്ദതയിൽ അവർ മൂവരും ഒരുമിച്ചിരുന്ന് ഭക്ഷണം കഴിച്ചു. ശേഷം, പിറ്റേന്നത്തെ പ്രത്യാശകളുമായി അവർ മുറികളിലേക്ക് ഉറങ്ങാനായി പോയി.

****** ****** ******

അധ്യായം 10

മാസങ്ങൾ തുന്നിച്ചേർത്ത സ്വപ്നങ്ങൾ പോലെ കടന്നുപോയി. റിയ ഇപ്പോൾ എട്ടുമാസം ഗർഭിണിയാണ്. പതിവുപോലെ ഒരു സാധാരണ ദിവസമായിരുന്നു അത്. വീട്ടിലെ കാര്യങ്ങളെല്ലാം ഒതുക്കി റിയാസ് തന്റെ ഡ്യൂട്ടിക്കായി ഇറങ്ങി. ബൈക്കിൽ ഹോസ്പിറ്റലിലെത്തി ആംബുലൻസ് സ്റ്റാർട്ട് ചെയ്തതേയുള്ളൂ, അപ്പോഴാണ് ഫോൺ ശബ്ദിച്ചത്. നോക്കുമ്പോൾ റിയയുടെ കാൾ.

ഫോൺ എടുത്തപ്പോൾ മറുതലയ്ക്കൽ ഉമ്മയുടെ വിറയ്ക്കുന്ന ശബ്ദമായിരുന്നു. «ഹലോ... മോനേ... നീ എവിടെയാ?»

«ഉമ്മാ... എന്തേയ്?» റിയാസിന്റെ ഉള്ളിലൊരു തീ പാറി.

«മോനേ... റിയാമോൾക്ക് പ്രസവവേദന തുടങ്ങിയെന്നു തോന്നുന്നു. അവൾ വേദന സഹിക്കാനാവാതെ കരയുകയാണ്. നീ എത്രയും വേഗം വായോ...»

«ദാ വരുന്നു ഉമ്മാ! ഉമ്മ അവളെയൊന്ന് ശ്രദ്ധിക്കണേ...»

റിയാസ് പെട്ടെന്ന് കാൾ കട്ട് ചെയ്തു. പിന്നീട് അവനൊരു സമാധാനവുമുണ്ടായിരുന്നില്ല. മനസ്സാകെ ഭയവും വല്ലായ്മയും നിറഞ്ഞു. റിയയ്ക്ക് എന്തെങ്കിലും സംഭവിക്കുമോ എന്ന അലട്ടൽ. സാധാരണ ആംബുലൻസ് ഓടിക്കുന്നതിനേക്കാൾ ഇരട്ടി വേഗതയിൽ അവൻ വീട്ടിലേക്ക് കുതിച്ചു. അവൻ എത്തുമ്പോഴേക്കും അയൽവാസികൾ അവിടെ കൂടിയിരുന്നു. എല്ലാവരും ചേർന്ന് റിയയെ ആംബുലൻസിൽ കയറ്റി. സയറൻ

മുഴക്കിക്കൊണ്ട് റിയാസ് ഹോസ്പിറ്റൽ ലക്ഷ്യമാക്കി പാഞ്ഞു. പോകുന്ന വഴിയിലെ വാഹനങ്ങളെല്ലാം ആംബുലൻസിന് വഴിമാറിക്കൊടുത്തു.

ഹോസ്പിറ്റലിൽ എത്തിയതും ഡോക്ടർമാർ അവളെ വേഗം ലേബർ റൂമിലേക്ക് മാറ്റി. റിയാസും ഉമ്മയും അയൽവാസികളും ലേബർ റൂമിന് മുന്നിൽ പ്രാർത്ഥനയോടെ കാത്തിരുന്നു. റിയാസ് ആ വരാന്തയിൽ വെപ്രാളത്തോടെ അങ്ങോട്ടുമിങ്ങോട്ടും നടന്നു. ഉച്ചയാകാറായപ്പോൾ സീറ്റിലിരിക്കുകയായിരുന്ന ഉമ്മ എഴുന്നേറ്റ് റിയാസിന്റെ അരികിലെത്തി

.

«റിയാസേ... നീയെന്താ ഇങ്ങനെ? നീ ഒന്ന് ധൈര്യമായിരിക്ക്. അവൾക്കൊന്നും സംഭവിക്കില്ല. നീ പടച്ചവനോട് പ്രാർത്ഥിക്ക്. പോയി എന്തെങ്കിലും കഴിക്ക് മോനേ, നീ രാവിലെ മുതൽ ഒന്നും കഴിച്ചിട്ടില്ലല്ലോ.»

«എനിക്ക് വയ്യ ഉമ്മാ... എനിക്കിപ്പോൾ വിശപ്പില്ല.»

«അത് പറഞ്ഞാൽ പറ്റില്ല. അവൾക്ക് കൂട്ടിന് ഞങ്ങളെല്ലാവരും ഉണ്ടല്ലോ, നീ വേഗം പോയി കഴിച്ചിട്ട് വാ.»

ഉമ്മയുടെ നിർബന്ധത്തിന് വഴങ്ങി റിയാസ് മനസ്സില്ലാമനസ്സോടെ ഹോട്ടലിലേക്ക് പോയി. ഉമ്മ മുസല്ലയിൽ ഇരുന്നെന്നപോലെ അവിടെയിരുന്ന് പ്രാർത്ഥനകൾ തുടർന്നു. പെട്ടെന്ന് ലേബർ റൂമിന്റെ വാതിൽ തുറന്ന് ഡോക്ടർ പുറത്തു വന്നു.

«ഡോക്ടർ... എന്തെങ്കിലും വിശേഷമുണ്ടോ?»
അവിടെയുണ്ടായിരുന്നവർ ആകാംക്ഷയോടെ തിരക്കി.

«പേടിക്കാനൊന്നുമില്ല, പ്രസവ സമയം അടുത്തിട്ടുണ്ട്. പക്ഷേ, ഇപ്പോൾ എട്ടാം മാസമായതുകൊണ്ട് സർജറി വേണ്ടിവരും. രക്തസ്രാവത്തിന് സാധ്യതയുള്ളതിനാൽ നില അല്പം ക്രിട്ടിക്കലാണ്. ഓപ്പറേഷന് നല്ലൊരു തുക ചിലവ് വരും.»
«കാശെത്രയായാലും കുഴപ്പമില്ല ഡോക്ടർ, നിങ്ങൾ എങ്ങനെയെങ്കിലും അവളെ രക്ഷിക്കണം,»

അവിടെയുണ്ടായിരുന്നവർ ഒന്നടങ്കം പറഞ്ഞു.

«ഞങ്ങൾ പരമാവധി ശ്രമിക്കുന്നുണ്ട്. നിങ്ങൾ സമാധാനമായി പ്രാർത്ഥിച്ചിരിക്കൂ.»

ഡോക്ടർ അകത്തേക്ക് പോയതോടെ ഉമ്മയുടെ പ്രാർത്ഥനകൾക്ക് വേഗത കൂടി. തസ്ബീഹ് മാലയുടെ മുത്തുകൾ ഓരോന്നായി നീങ്ങിക്കൊണ്ടിരുന്നു. ലേബർ റൂമിന്റെ ഗ്ലാസ് വാതിലിലൂടെ റിയയും അവരെ കാണുന്നുണ്ടായിരുന്നു. മണിക്കൂറുകൾക്ക് ശേഷം ഒരു നേഴ്സ് പുറത്തു വന്ന് ആശങ്കയോടെ പറഞ്ഞു:

«ഒരു ചെറിയ കുഴപ്പമുണ്ട്. സർജറി നടത്തിയാലും ഇല്ലെങ്കിലും കുഞ്ഞിനും അമ്മയ്ക്കും അപകടമുണ്ടാകാൻ സാധ്യതയുണ്ട്.»
«അത് പറഞ്ഞാൽ പറ്റില്ല സിസ്റ്റർ! സർജറി തന്നെ നടത്തണം. പടച്ചവൻ രക്ഷിക്കും. നിങ്ങൾ ശ്രമിക്കൂ!»

അവസാനം ഡോക്ടർമാർ ആ റിസ്ക് ഏറ്റെടുക്കാൻ തീരുമാനിച്ചു. അവർ തിയേറ്ററിലേക്ക് പ്രവേശിച്ചു. പുറത്ത് റിയാസും ഉമ്മയും ശ്വാസമടക്കിപ്പിടിച്ച് ആ വാതിലിലേക്ക് തന്നെ നോക്കി നിന്നു. കണ്ണീരും പ്രാർത്ഥനയും നിറഞ്ഞ മണിക്കൂറുകൾ കാത്തിരിപ്പിന് വിട്ടു കൊടുത്ത് കാലം മുന്നോട്ട് നീങ്ങി.

****** ****** ******

അധ്യായം 11

ലേബർ റൂമിന് മുന്നിൽ പ്രാർത്ഥനാനിർഭരമായ ഒരു നിശബ്ദത തളംകെട്ടി നിന്നു. ദിക്റുകളുടെയും പ്രാർഥനകളുടെയും മൃദുവായ മന്ത്രണങ്ങളല്ലാതെ മറ്റൊന്നും ആ വരാന്തയിൽ കേൾക്കാനുണ്ടായിരുന്നില്ല. പെട്ടെന്നാണ്, ആ നിശബ്ദതയെ ഭേദിച്ചുകൊണ്ട് ഒരു നവജാത ശിശുവിന്റെ കരച്ചിൽ ഉയർന്നത്. എല്ലാവരുടെയും ഉള്ളിൽ ഒരു മിന്നൽപ്പിണർ പോലെ സന്തോഷം പടർന്നു. ലേബർ റൂമിന്റെ വാതിൽ പതുക്കെ തുറന്നു. ഒരു നേഴ്സ് തന്റെ കൈകളിൽ പൊതിഞ്ഞുപിടിച്ച കുഞ്ഞുമായി പുഞ്ചിരിച്ചുകൊണ്ട് പുറത്തേക്ക് വന്നു.

«കുഞ്ഞ് ജനിച്ചു കേട്ടോ... ആൺകുട്ടിയാണ്!»

ആ വാർത്ത കേട്ടതും അവിടെയുണ്ടായിരുന്നവരുടെ മുഖങ്ങളിൽ സന്തോഷം പ്രകാശിച്ചു. ഉമ്മ തന്റെ കയ്യിലിരുന്ന തസ്ബീഹ് മാല പതുക്കെ മടക്കി വെച്ചു. വിറയ്ക്കുന്ന കൈകൾ ഉയർത്തി അവർ നാഥനോട് നന്ദി പറഞ്ഞു: «അൽഹംദുലില്ലാഹ്...» നേഴ്സ് ആ പൊന്നോമനയെ ഉമ്മയുടെ കൈകളിലേക്ക് പകർന്നു. ഉമ്മ ആ കുഞ്ഞിനെ നെഞ്ചോട് ചേർത്തുപിടിച്ചു. അപ്പോഴേക്കും റിയാസ് അവിടേക്ക് ഓടിയെത്തി. തന്റെ കുഞ്ഞിനെ ആദ്യമായി കണ്ട നിമിഷം, റിയാസിന്റെ കണ്ണ് ആനന്ദക്കണ്ണീരാൽ നിറഞ്ഞു. അത് ധാരധാരയായി ഒഴുകിക്കൊണ്ടിരുന്നു.

റിയാസിനെ കണ്ടതും ഉമ്മ വിങ്ങലോടെ പറഞ്ഞു: «മോനെ... റിയാസേ... നമ്മുടെ പ്രാർഥന പടച്ചവൻ കേട്ടു. റിയാമോൾ പ്രസവിച്ചു. നിന്നെപ്പോലെ തന്നെയുള്ള ഒരു സുന്ദരക്കുട്ടൻ!»

ഉമ്മ കുഞ്ഞിനെ റിയാസിന് നൽകി. അവൻ അവനെ തന്റെ കൈകളിലേക്ക് വാങ്ങി മൃദുവായി തലോടി. പിന്നീട് അവൻ കുഞ്ഞുമായി റിയയുടെ അടുത്തേക്ക് ചെന്നു. റിയ അപ്പോൾ തളർന്നു കിടക്കുകയായിരുന്നു. ദേഹത്ത് കുറെ വയറുകൾ ഘടിപ്പിച്ചിട്ടുണ്ട്; ശരീരത്തിൽ രക്തം കുറവായതിനാൽ അത് കയറ്റിക്കൊണ്ടിരിക്കുകയായിരുന്നു. അവൾ ഒരു ചെറിയ മയക്കത്തിലായിരുന്നു.

«റിയാ... റിയാ...» അവൻ പതുക്കെ വിളിച്ചു.

ആ വിളി കേട്ട് അവൾ ഞെട്ടിയുണർന്നു. റിയാസ് ആർദ്രതയോടെ അവളോട് ചോദിച്ചു: «റിയാ... ഇപ്പോൾ നല്ല വേദനയുണ്ടോ?»

«ഉം... ഇക്കാ... ഇപ്പോൾ കുറവുണ്ട്. എങ്കിലും ചെറിയൊരു വിങ്ങൽ ബാക്കിയുണ്ട്,» അവൾ ക്ഷീണിച്ച സ്വരത്തിൽ മറുപടി നൽകി.
അവർ സംസാരിച്ചുകൊണ്ടിരിക്കെ, റിയാസിന്റെ ബന്ധുക്കളും കുടുംബക്കാരും അവിടേക്ക് കടന്നുവന്നു. റിയാസിന്റെ ഉമ്മയുടെ അനിയൻ സ്നേഹത്തോടെ അവനോട് വിശേഷങ്ങൾ തിരക്കി.

«അല്ല റിയാസേ, ജോലിത്തിരക്ക് കാരണം നീയിപ്പോൾ ഞങ്ങളെ ഒക്കെ മറന്നു അല്ലേ? നിന്നെ കണ്ടിട്ട് എത്ര കാലമായി!»

«ഇല്ല ഇക്കാ... ഞാൻ ആരെയും മറന്നിട്ടില്ല. ജോലിത്തിരക്ക് കാരണം ഒന്നിനും സമയം കിട്ടുന്നില്ലെന്ന് മാത്രം.»

«അല്ലടാ, നീ ഈ ഹോസ്പിറ്റലിലാണോ ജോലി ചെയ്യുന്നത്? എന്താണിവിടെ ജോലി?»

അന്നേരം അവിടുണ്ടായിരുന്ന ഒരാൾ ഇടപെട്ടു: «ഓൻ ഇവിടെ ആംബുലൻസ് ഡ്രൈവറാണ്. അവൻ അത്ര വേഗത്തിൽ വണ്ടി ഓടിച്ചു കൊണ്ടുവന്നതുകൊണ്ടാണ് റിയയെ സമയത്തിന് ഇവിടെ എത്തിക്കാൻ പറ്റിയത്.» അത് കേട്ടപ്പോൾ എല്ലാവരും റിയാസിന്റെ ആത്മാർത്ഥതയെ പുകഴ്ത്തി.

സംസാരിച്ചിരിക്കെ ഡോക്ടർ അവിടേക്ക് വന്നു. «നിങ്ങൾക്ക് ഇപ്പോൾ ബില്ലടച്ച് വീട്ടിലേക്ക് പോകാം. പക്ഷേ, ഒരു കാര്യം പ്രത്യേകം ശ്രദ്ധിക്കണം. മാസം തികയാതെ ജനിച്ച കുഞ്ഞായതുകൊണ്ട് പൊക്കിൾക്കൊടിക്ക് ബലക്കുറവുണ്ട്. റിയയുടെ കാര്യത്തിലും അതീവ ശ്രദ്ധ വേണം. അവൾക്ക് വേദന അനുഭവപ്പെട്ടാൽ ഒട്ടും വൈകിക്കാതെ വീണ്ടും ഇവിടെ എത്തിക്കണം. ഇത് ചിലപ്പോൾ മരണത്തിന് വരെ കാരണമായേക്കാം.»

ഡോക്ടറുടെ നിർദ്ദേശങ്ങൾ റിയാസും കുടുംബവും ശ്രദ്ധയോടെ കേട്ടു. വീട്ടിലേക്ക് പോകാൻ എല്ലാവരും തയ്യാറായി. റിയാസ് ബില്ലടയ്ക്കാനായി കൗണ്ടറിലേക്ക് നടന്നു.

«ഞാൻ ബില്ലടച്ചിട്ട് വരാം, നിങ്ങൾ അവളെയും കൊണ്ട് നടന്നോളൂ,» റിയാസ് പറഞ്ഞു.

«മോനെ... നീ ഒറ്റയ്ക്ക് പോകണ്ട, ഞാനും വരാം,» ഉമ്മയുടെ അനിയൻ അവനൊപ്പം കൂടി.

കൗണ്ടറിലെത്തിയപ്പോൾ റിയാസ് പേഴ്സ് എടുക്കാനായി കീശയിൽ കൈയിട്ടു. എന്നാൽ ഉമ്മയുടെ അനിയൻ അവനെ തടഞ്ഞു. «എടാ റിയാസേ, നീ അവളെയും കൊണ്ട് നടന്നോ. നീ ഇവിടെ കുറെ നേരമായി കഷ്ടപ്പെടുന്നു. ബില്ല് ഞാൻ അടച്ചോളാം.»

റിയാസ് എത്ര നിർബന്ധിച്ചിട്ടും അദ്ദേഹം അത് കേട്ടില്ല. അവസാനം അദ്ദേഹം തന്നെ ബില്ലടച്ചു. എല്ലാവരും വാഹനങ്ങളിൽ കയറി സന്തോഷത്തോടെയും ആശ്വാസത്തോടെയും വീട്ടിലേക്ക് മടങ്ങി.

****** ****** ******

അധ്യായം 12

സമയം രാത്രിയിലേക്ക് വഴിമാറിക്കഴിഞ്ഞിരുന്നു. മഗ്‌രിബ് നിസ്കാരത്തിന് ശേഷം വീട്ടിൽ വല്ലാത്തൊരു ഉന്മേഷം പടർന്നു. റിയാസും ഉമ്മയുടെ അനിയനും കൂടി ഒരു വലിയ ചെമ്പ് അടുപ്പത്ത് വെച്ച് ബിരിയാണി വെക്കാനുള്ള തയ്യാറെടുപ്പുകൾ തുടങ്ങി. കുടുംബത്തിലെ സ്ത്രീകൾ ഒത്തുചേർന്ന് ഉള്ളിയും ഇഞ്ചിയും തൊലിച്ച് അവരെ സഹായിച്ചു കൊണ്ടിരുന്നു. പുരുഷന്മാർ ബിരിയാണി ചെമ്പിന് ചുറ്റും കൂടി പാചകത്തിൽ വ്യാപൃതരായപ്പോൾ, കുറച്ചാളുകൾ മുറിയിൽ റിയയ്ക്കരികിലിരുന്ന് വിശേഷങ്ങൾ പങ്കുവെച്ചു.

മണിക്കൂറുകൾ കടന്നുപോയി. നെയ്യിന്റെയും മസാലയുടെയും സുഗന്ധം വീടിന്റെ ഓരോ കോണിലും പടർന്നു. ബിരിയാണി തയ്യാറായതും എല്ലാവരും ഡൈനിങ് ടേബിളിന് ചുറ്റും കൂടി. റിയാസും മറ്റ് ആണുങ്ങളും ചേർന്ന് ആവി പറക്കുന്ന ബിരിയാണി ഓരോരുത്തരുടെയും പ്ലേറ്റുകളിലേക്ക് വിളമ്പി.

«നല്ല സ്വാദുണ്ട്... ഹോട്ടലിൽ നിന്ന് കിട്ടുന്നതിനേക്കാൾ മികച്ച രുചി!» കുടുംബത്തിലെ ഒരു പെൺകുട്ടി പ്രശംസിച്ചപ്പോൾ റിയാസിന്റെ മുഖത്ത് വിരിഞ്ഞത് സംതൃപ്തിയുടെ പുഞ്ചിരിയായിരുന്നു. എല്ലാവരും ഭക്ഷണം കഴിക്കുന്നതിനിടയിലും റിയയുടെ ആരോഗ്യത്തെക്കുറിച്ചും കുഞ്ഞിനെക്കുറിച്ചും വാചാലരായി.

ഭക്ഷണം കഴിഞ്ഞ് ഇശാഅ് നിസ്കാരവും നിർവഹിച്ചതോടെ എല്ലാവരും ഉറങ്ങാൻ തയ്യാറെടുത്തു. അതിഥികൾ പലരും ഹാളിലും മറ്റു മുറികളിലുമായി നിലത്ത് കിടക്കകൾ ഒരുക്കി.

റിയാസ് പതിയെ തന്റെ മുറിയിലേക്ക് നടന്നു. റിയ കട്ടിലിൽ കുഞ്ഞിനൊപ്പം കിടക്കുന്നുണ്ടായിരുന്നു.

«എടി... റിയാ...» അവൻ പതുക്കെ വിളിച്ചു. «വേദന കുറവുണ്ടോ മോളെ?»

«ഉം... ഇക്കാ, ഇപ്പോൾ കുറവുണ്ട്.» അവൾ അവനെ നോക്കി മറുപടി നൽകി. പെട്ടെന്ന് അവൾ തിരക്കി, «ഇക്കാ, ഉമ്മയെവിടെ?»

«എന്തിനാ റിയാ ഈ നേരത്ത് ഉമ്മയെ?»

«അതല്ല ഇക്കാ... ഉമ്മയുടെ ആ പ്രാർത്ഥനകൾ കാരണമാണ് ഞാൻ ഇപ്പോൾ ഇവിടെ ഇരിക്കുന്നത്. എനിക്ക് ഉമ്മയോട് നന്ദി പറയണം. ലേബർ റൂമിലായിരിക്കെ ആ വാതിലിന്റെ ഗ്ലാസ്സിലൂടെ ഞാൻ ഉമ്മയെ കണ്ടിരുന്നു. എന്റെ വേദനയേക്കാൾ വലിയൊരു വേദന ഉമ്മയുടെ മുഖത്ത് ഞാൻ കണ്ടു.»

«ഉമ്മ ഇപ്പോൾ നല്ല ഉറക്കത്തിലാണ് മോളെ, നമുക്ക് നാളെ സംസാരിക്കാം,» റിയാസ് അവളെ സമാധാനിപ്പിച്ചു. «അല്ല... നിനക്ക് വേദന കൂടുന്നുണ്ടെങ്കിൽ ഇപ്പോൾ തന്നെ പറയണം കേട്ടോ, എന്നാലേ നമുക്ക് ഹോസ്പിറ്റലിൽ എത്താൻ പറ്റൂ.»

«ശരി ഇക്കാ... പക്ഷേ, നമ്മുടെ മോൻ ഉറങ്ങുന്നില്ല. അവൻ നിർത്താതെ കരയുകയാണ്,» അവൾ വേവലാതിയോടെ കുഞ്ഞിനെ നോക്കി.

«അതൊന്നും കുഴപ്പമില്ലെടാ. ജനിച്ച ആദ്യത്തെ ആഴ്ചകളിൽ കുട്ടികൾ ഇങ്ങനെയായിരിക്കും. കുറച്ചു കഴിയുമ്പോൾ എല്ലാം ശരിയാകും.

നീ ഉറങ്ങാൻ നോക്ക്, നിനക്ക് നല്ല ക്ഷീണമുണ്ട്. ഓപ്പറേഷൻ കഴിഞ്ഞതല്ലേ, ശരീരത്തിന് നല്ല വിശ്രമം വേണം. കുഞ്ഞിനെ ഞാൻ നോക്കിക്കൊള്ളാം.»

റിയ ആദ്യം വിസമ്മതിച്ചെങ്കിലും റിയാസ് നിർബന്ധിച്ചു. «രാവിലെ മുതൽ നീ കഷ്ടപ്പെടുകയല്ലേ ഇക്കാ, നിങ്ങൾ ഉറങ്ങിക്കോ,» എന്ന് അവൾ പറഞ്ഞെങ്കിലും അവൻ സമ്മതിച്ചില്ല.

അവസാനം അവൾ കുഞ്ഞിനെ റിയാസിന്റെ കൈകളിലേക്ക് നൽകി. അവൻ ആ പൊന്നോമനയെ നെഞ്ചോട് ചേർത്ത് മുറിക്കുള്ളിൽ അങ്ങോട്ടുമിങ്ങോട്ടും നടന്നു. കുറച്ചു സമയം കഴിഞ്ഞപ്പോൾ റിയ അഗാധമായ ഉറക്കത്തിലേക്ക് വീണു. റിയാസ് അവൾക്ക് പുതപ്പ് നന്നായി പുതപ്പിച്ചു കൊടുത്തു. കുഞ്ഞും ഉറങ്ങിയപ്പോൾ അവൻ അവനെ റിയയുടെ അരികിലായി കിടത്തി.

കട്ടിലിൽ സ്ഥലമില്ലാത്തതിനാൽ നിലത്ത് ഒരു ചെറിയ കിടക്ക ഒരുക്കി റിയാസ് അവിടെ കിടന്നു. ഉറക്കത്തിലേക്ക് വഴുതി വീഴുമ്പോഴും അവന്റെ മനസ്സിൽ റിയയുമായുള്ള പഴയ ഓർമ്മകൾ ഒരു ചലച്ചിത്രം പോലെ മിന്നിമറയുന്നുണ്ടായിരുന്നു. ഒരു ചെറിയ ആശ്വാസത്തോടെ, സ്നേഹത്തിന്റെ തണലിൽ റിയാസും പതുക്കെ ഉറക്കത്തിലേക്ക് ചാഞ്ഞു.

****** ****** ******

അധ്യായം 13

അടുത്ത ദിവസം പുലർച്ചെ, റിയ ഉണരുന്നതിന് മുൻപേ റിയാസിന്റെ ഉമ്മ എഴുന്നേറ്റിരുന്നു. കുഞ്ഞിനെ ഇളം വെയിൽ കൊള്ളിക്കാനായി അവർ മുറ്റത്തേക്കിറങ്ങി. അന്നേദിവസം തന്നെ കുഞ്ഞിന്റെ മുടി കളയാൻ തീരുമാനിച്ചിരുന്നതിനാൽ, തൊട്ടടുത്ത വീട്ടിലെ ഒത്താച്ചി താത്തയെ അവർ വിളിച്ചുവരുത്തി. താത്ത വന്ന് കുഞ്ഞിന്റെ മുടി കളയുമ്പോഴാണ് റിയ ഉറക്കമുണർന്നത്.

പ്രസവം കഴിഞ്ഞ് സ്വന്തം വീട്ടിലേക്ക് പോകാൻ റിയയ്ക്ക് വലിയ ആഗ്രഹമുണ്ടായിരുന്നു. പക്ഷേ, അവിടത്തെ നാട്ടിലൊക്കെ പകർച്ചപ്പനി പടർന്നുപിടിക്കുന്ന സാഹചര്യമായതിനാൽ, കുഞ്ഞിനെയുമായി അങ്ങോട്ടേക്ക് വരേണ്ടെന്ന് അവളുടെ ഉമ്മ പ്രത്യേകം പറഞ്ഞിരുന്നു. അതുകൊണ്ട് റിയാസിന്റെ വീട്ടിൽ തന്നെ തുടരാൻ അവൾ തീരുമാനിച്ചു.

സമയം ഉച്ചയോടടുത്തു. റിയാസ് ഏതോ ഗഹനമായ ചിന്തയിൽ മുഴുകി മുറിയിലേക്ക് ചെന്നു. റിയ അവിടെ കുഞ്ഞിനൊപ്പം ശാന്തമായി ഉറങ്ങുകയായിരുന്നു. കട്ടിലിന്റെ ഒരു മൂലയിൽ ഇരുന്നുകൊണ്ട് അവൻ ഓരോന്ന് ചിന്തിച്ചുകൂട്ടി. പെട്ടെന്ന് റിയ ഉറക്കമുണർന്നു. അരികിലിരുന്ന് ചിന്താവിഷ്ടനായിരിക്കുന്ന ഭർത്താവിനെ കണ്ട് അവൾ ചോദിച്ചു:

«ഇക്കാ... എന്താണിങ്ങനെ ചിന്തിച്ചു കൂട്ടുന്നത്?»

«ഏയ്... ഒന്നുമില്ലെടി. നമ്മുടെ കുട്ടിക്ക് ഒരു പേര് ഇടണ്ടേ, അതിനെക്കുറിച്ച് ആലോചിക്കുകയായിരുന്നു,» റിയാസ് മറുപടി

നൽകി.
«അതല്ലേ നമ്മൾ വൈകുന്നേരം തീരുമാനിക്കാം എന്ന് പറഞ്ഞത്?»

«അതെ റിയാ... പക്ഷേ ഞാൻ അതൊക്കെ മറന്നുപോയി.»

പിന്നീട് ഇരുവരും ചേർന്ന് ഫോണിലെ ഗൂഗിളിൽ ഓരോ പേരുകൾ തിരയാൻ തുടങ്ങി.

«ഷിബിൽ എന്ന് ഇട്ടാലോ?» റിയാസ് ചോദിച്ചു. «വേണ്ട ഇക്കാ, അത് അത്ര പോര.» «റിൻഷാദ്?» «അതും വേണ്ട... വേറെ നോക്ക്.» «എന്നാൽ റിഷാൽ?» «വേണ്ട ഇക്കാ... ശമ്മാസ് എന്ന് ഇട്ടാലോ?» റിയ ചോദിച്ചു. «അത് നല്ല പേരാണ്, പക്ഷേ നമ്മുടെ കുടുംബത്തിൽ തന്നെ പലർക്കും ആ പേരുണ്ട്,» റിയാസ് പറഞ്ഞു. «എന്നാൽ ഇക്കാ... ‹ബാസിത്ത്› എന്ന് ഇട്ടാലോ?»

റിയാസ് ഒന്ന് ആലോചിച്ചു. «മ്മ്... അത് നല്ല പേരാണ്. അല്ലാഹുവിന്റെ ഒരു നാമം കൂടിയാണല്ലോ.» «വെറും ബാസിത്ത് എന്ന് വേണ്ട ഇക്കാ, നമുക്ക് ‹അബ്ദുൽ ബാസിത്ത്› എന്ന് വിളിക്കാം.» «മ്മ്... ഇത് മതി. നല്ല പേര്!» റിയാസിന്റെ മുഖത്ത് സംതൃപ്തി പടർന്നു.

വൈകുന്നേരത്തോടെ കുഞ്ഞിന്റെ പേരിടൽ ചടങ്ങ് നടന്നു. അടുത്തുള്ള തങ്ങൾ, പള്ളിയിലെ ഉസ്താദ്, നാട്ടിലെ പ്രമുഖർ എന്നിവരെയൊക്കെ റിയാസ് ക്ഷണിച്ചിരുന്നു. എല്ലാവരുടെയും സാന്നിധ്യത്തിൽ കുഞ്ഞിന് ‹അബ്ദുൽ ബാസിത്ത്› എന്ന് പേരിട്ടു. അതിഥികൾക്കെല്ലാം മധുരവും ഭക്ഷണവും നൽകി. സൊറ പറഞ്ഞിരുന്നവർ ഓരോരുത്തരായി പിരിഞ്ഞുപോയി.

രാത്രിയായപ്പോൾ റിയ കുഞ്ഞിന് പാല് കൊടുക്കാൻ ശ്രമിച്ചെങ്കിലും അവൻ കുടിക്കുന്നുണ്ടായിരുന്നില്ല.

അവൻ അവളെ കട്ടിലിൽ കിടത്തി. സ്നേഹാർദ്രമായ ആ നിമിഷങ്ങൾക്കിടയിൽ അവൻ അവളുടെ ചുണ്ടുകളിൽ ചുംബിച്ചു. വൈകാരികമായ ആ നിമിഷങ്ങൾ കുറച്ചുനേരം നീണ്ടുനിന്നു.

പകരം നിർത്താതെയുള്ള കരച്ചിലായിരുന്നു. അവൻ ഉറങ്ങാൻ കൂട്ടാക്കാതെ കരഞ്ഞുകൊണ്ടിരുന്നപ്പോൾ റിയാസ് മുറിയിലേക്ക് കടന്നുവന്നു.

«ഇക്കാ... ബാസിത്ത് കരച്ചിൽ നിർത്തുന്നതേയില്ല. ഏതു സമയവും ഇങ്ങനെ കരയുകയാണ്. എനിക്ക് ഉറങ്ങാനോ ഒന്ന് കിടക്കാനോ പോലും അവൻ സമ്മതിക്കുന്നില്ല. എനിക്ക് മാത്രമല്ല, ഉമ്മയ്ക്കും ഇതൊരു ശല്യമാകുന്നുണ്ടോ എന്ന് പേടിയുണ്ട്. ഉമ്മ ഒന്നും പറയുന്നില്ലെന്നേയുള്ളൂ,» റിയ സങ്കടത്തോടെ പറഞ്ഞു.

«അതൊക്കെ മാറുമെടി, നീ അതിനെക്കുറിച്ച് ആലോചിച്ച് വിഷമിക്കേണ്ട. ഉമ്മ ഇതെല്ലാം സന്തോഷത്തോടെ സഹിച്ചോളും,» റിയാസ് അവളെ ആശ്വസിപ്പിച്ചു.

«ഇക്കാ, നിങ്ങൾ എന്നും ഇതുതന്നെയാണല്ലോ പറയാറുള്ളത്.»

«എന്നാൽ ശരി, നമുക്ക് നാളെത്തന്നെ അവനെ ഹോസ്പിറ്റലിൽ കൊണ്ടുപോയി ഡോക്ടറെ കാണിക്കാം. മതിയോ?»

അതുകേട്ടപ്പോൾ റിയയുടെ മുഖത്ത് ഒരു ചെറുപുഞ്ചിരി വിരിഞ്ഞു. റിയാസിനും സമാധാനമായി. റിയ കുഞ്ഞിനെ കട്ടിലിൽ കിടത്തിയതും റിയാസ് അവളെ വാരിയെടുത്തു.

«ഇക്കാ... ഇക്കാ... എന്നെ താഴെയിറക്ക്. എനിക്കൊന്ന് കിടക്കണം,» അവൾ കളിചിരിയോടെ പറഞ്ഞു. «വേണ്ട, ഞാൻ നിന്നെ കിടത്തിക്കോളാം.»

«ഇനിയെന്റെ സുന്ദരി സമാധാനമായി ഉറങ്ങിക്കോ. നിനക്ക് കഴിക്കാൻ വല്ലതും വേണോ?» അവൻ ചോദിച്ചു. «വേണ്ട തിരുമനസ്സേ... എനിക്ക് നല്ല ക്ഷീണമുണ്ട്, ഞാനൊന്ന് ഉറങ്ങട്ടെ.»

«എന്നാൽ ശരി, ഞാൻ പോയി ഭക്ഷണം കഴിച്ചിട്ട് വരാം.»

റിയാസ് ഭക്ഷണം കഴിച്ച് തിരിച്ചെത്തിയപ്പോഴേക്കും റിയ അഗാധമായ ഉറക്കത്തിലായിരുന്നു. റിയാസ് മുറിയിലെ ലൈറ്റ് അണച്ച് കുഞ്ഞിനും റിയയ്ക്കും അരികിലായി പതുക്കെ ഉറക്കത്തിലേക്ക് വഴുതിവീണു.

****** ****** ******

അധ്യായം 14

ബാസിത്തിനെ ഡോക്ടറെ കാണിക്കാൻ കൊണ്ടുപോകേണ്ട ദിവസമായിരുന്നു അത്. പുലർച്ചെ തന്നെ ഉണർന്ന റിയാസ് പ്രഭാതകൃത്യങ്ങൾ കഴിഞ്ഞ് റിയയെ വിളിച്ചുണർത്തി. ഉമ്മയും അവരും ഒരുമിച്ചിരുന്ന് ഭക്ഷണം കഴിച്ചെങ്കിലും എല്ലാവരുടെയും ഉള്ളിൽ കുഞ്ഞിന്റെ ആരോഗ്യത്തെക്കുറിച്ചുള്ള നേരിയൊരു ആശങ്ക നിഴലിച്ചിരുന്നു.

യാത്രയ്ക്കായി തയ്യാറെടുക്കുമ്പോൾ ബാസിത്തിനെ ഏത് വസ്ത്രം ധരിപ്പിക്കും എന്ന കാര്യത്തിൽ റിയയ്ക്ക് വലിയ സംശയമായിരുന്നു. അവനെ കാണാൻ വന്നവരൊക്കെ സമ്മാനിച്ച ഒട്ടനവധി വസ്ത്രങ്ങൾ അവിടെയുണ്ടായിരുന്നു.

«ഇക്കാ, ഈ മഞ്ഞ കുപ്പായം ഇട്ടാലോ?» റിയ ചോദിച്ചു. «വേണ്ടെടാ, അത് അവന് വല്ലാതെ വലുതാണ്.» «എന്നാൽ ഈ റോസ് ബനിയൻ?» «അതും അവന് പാകമാകില്ല,» റിയാസ് പറഞ്ഞു. അവസാനം അവർ അവന് പാകമായ ഒരു ചെറിയ കുപ്പായവും ബനിയനും തിരഞ്ഞെടുത്ത് അവനെ അണിയിച്ചു. ഉമ്മയോട് യാത്ര പറഞ്ഞ് അവർ ഹോസ്പിറ്റലിലേക്ക് തിരിച്ചു. ഹോസ്പിറ്റലിലെത്തിയ റിയാസ് നേരെ കുട്ടികളുടെ വിഭാഗത്തിലെ ഡോക്ടറെ കാണാൻ ടോക്കൺ എടുത്തു. ഉള്ളിലേക്ക് കയറിയ ഉടനെ ബാസിത്തിന്റെ നിർത്താതെയുള്ള കരച്ചിലിനെക്കുറിച്ച് അവൻ ഡോക്ടറോട് വിശദീകരിച്ചു.

«കുട്ടിക്ക് എന്ന് മുതലാണ് ഈ കരച്ചിൽ തുടങ്ങിയത്?» ഡോക്ടർ ഗൗരവത്തോടെ ചോദിച്ചു. «പ്രസവം കഴിഞ്ഞ അന്ന് മുതൽ തുടങ്ങിയതാണ് ഡോക്ടർ.

ഇടയ്ക്ക് റിയ ഇക്കാര്യം പറഞ്ഞിരുന്നെങ്കിലും ഒരു സാധാരണ കുഞ്ഞുങ്ങൾക്കുണ്ടാകുന്ന കരച്ചിലായിരിക്കുമെന്ന് കരുതി ഞാൻ അത്ര ഗൗരവമായി എടുത്തില്ല. പക്ഷേ ഇപ്പോൾ രാവെന്നോ പകലെന്നോ ഇല്ലാതെ അവൻ കരഞ്ഞുകൊണ്ടേയിരിക്കുകയാണ്.»

«മ്മ്... ഇപ്പോൾ എനിക്ക് ഉറപ്പിച്ചു ഒന്നും പറയാനാകില്ല. ഒരു സ്കാനിംഗ് കൂടി കഴിഞ്ഞാലേ വ്യക്തത വരൂ,» ഡോക്ടർ പറഞ്ഞു.

ബാസിത്തിനെ സ്കാനിംഗ് റൂമിലേക്ക് മാറ്റുമ്പോൾ പുറത്ത് നിൽക്കാൻ ഡോക്ടർ റിയയോട് നിർദ്ദേശിച്ചു. ഉത്കണ്ഠയോടെ റിയ വരാന്തയിൽ കാത്തുനിന്നു. സ്കാനിംഗ് മെഷീന് താഴെ കിടക്കാൻ കൂട്ടാക്കാതെ ബാസിത്ത് വീണ്ടും വാശിപിടിച്ചു കരഞ്ഞെങ്കിലും റിയാസിന്റെ കഠിനമായ ശ്രമത്തിനൊടുവിൽ അവനെ ശാന്തനാക്കി സ്കാൻ ചെയ്തു. മെഷീനിൽ തെളിഞ്ഞ ചിത്രങ്ങളിലേക്ക് ഡോക്ടർ ഉറ്റുനോക്കി. അല്പസമയത്തിന് ശേഷം അദ്ദേഹം റിയാസിനെ അരികിലേക്ക് വിളിച്ചു.

«റിയാസ്... ഈ ഫോട്ടോകളിലേക്ക് ഒന്ന് നോക്കൂ,» ഡോക്ടറുടെ സ്വരം വല്ലാതെ താഴ്ന്നിരുന്നു. «നിങ്ങളുടെ കുഞ്ഞിന് ജനതകപരമായ ചില ഗുരുതരമായ പ്രശ്നങ്ങളുണ്ട് (Genetic problems). സത്യം പറയുകയാണെങ്കിൽ, ഈ കുഞ്ഞ് അധികകാലം ജീവിച്ചിരിക്കാൻ സാധ്യത കുറവാണെന്നാണ് എനിക്ക് തോന്നുന്നത്.»

ഡോക്ടറുടെ വാക്കുകൾ ഒരു ഇടിത്തീ പോലെ റിയാസിന്റെ നെഞ്ചിൽ പതിച്ചു. അവൻ തളർന്നുപോയി. «ഡോക്ടർ... എങ്ങനെയെങ്കിലും എന്റെ മോനെ രക്ഷിക്കണം,» അവൻ കേണപേക്ഷിച്ചു.

«എല്ലാം പടച്ചവന്റെ കയ്യിലാണ് റിയാസ്. നിങ്ങൾ പ്രാർത്ഥിക്കൂ. തൽക്കാലം ഞാൻ ഒരു മരുന്ന് എഴുതിത്തരാം, അത് രണ്ടുനേരം കൊടുത്തു നോക്കൂ. പിന്നെ ഒരു കാര്യം, ഈ വിവരം ഇപ്പോൾ ഭാര്യയോട് പറയണ്ട. അവരുടെ മാനസികാവസ്ഥ തകരാൻ അത് കാരണമാകും. അതുകൊണ്ടാണ് നിങ്ങളെ മാത്രം വിളിച്ച് ഞാൻ ഇത് സംസാരിക്കുന്നത്.»

റിയാസിന്റെ കണ്ണുകൾ നിറഞ്ഞൊഴുകി. അവൻ വേഗത്തിൽ കണ്ണീർ തുടച്ചു. തന്റെ ഉള്ളിലെ സങ്കടക്കടൽ പുറത്തുകാണിക്കാതെ അവൻ റിയയുടെ അടുത്തേക്ക് ചെന്നു. «എന്തായി ഇക്കാ? ഡോക്ടർ എന്ത് പറഞ്ഞു?» റിയ ആകാംക്ഷയോടെ ചോദിച്ചു. «കുഴപ്പമൊന്നുമില്ലെടി. നീ സമാധാനപ്പെട്. അവൻ ഉടനെ സുഖമാകും,» ഒരു കള്ളച്ചിരിയോടെ റിയാസ് അവളെ ആശ്വസിപ്പിച്ചു.

മരുന്ന് ഷോപ്പിൽ നിന്ന് ഡോക്ടർ പറഞ്ഞ കുപ്പിമരുന്നും വാങ്ങി അവർ വീട്ടിലേക്ക് തിരിച്ചു. തന്റെ കയ്യിലിരുന്ന് നിഷ്കളങ്കമായി ചിരിക്കുന്ന ബാസിത്ത് ഇനിയെത്ര നാൾ തങ്ങളോടൊപ്പമുണ്ടാകുമെന്ന് ഓർത്ത് റിയാസിന്റെ ഹൃദയം വിങ്ങി. പക്ഷേ, തന്റെ വേദന റിയ അറിയാതിരിക്കാൻ അവൻ അതീവ ശ്രദ്ധ ചെലുത്തി. വീട്ടിലെത്തിയപ്പോഴും റിയാസ് ഇതേ കള്ളം തന്നെ ഉമ്മയോടും ആവർത്തിച്ചു. ഉള്ളിലെ വേദന അണപൊട്ടി ഒഴുകാൻ വെമ്പുമ്പോഴും പ്രിയപ്പെട്ടവർക്കായി റിയാസ് ആ കണ്ണീർ ഉള്ളിലൊതുക്കി.

****** ****** ******

അധ്യായം 15

ദിവസങ്ങൾ ഒരു നീറ്റലായി കടന്നുപോയിക്കൊണ്ടിരുന്നു. റിയാസ് തന്റെ ജോലിത്തിരക്കുകളിൽ മുഴുകാൻ ശ്രമിച്ചെങ്കിലും അവന്റെ മനസ്സ് എപ്പോഴും ബാസിത്തിന് ചുറ്റുമായിരുന്നു. ഓരോ ദിവസം കഴിയുന്തോറും കുഞ്ഞിന്റെ കരച്ചിലിന്റെ വേഗത കൂടിവന്നു. അവന്റെ ശരീരത്തെ ഓരോന്നായി രോഗങ്ങൾ കീഴടക്കിത്തുടങ്ങി.

ഒരു ദിവസം ആംബുലൻസിൽ അതീവ ഗുരുതരാവസ്ഥയിലുള്ള ഒരു രോഗിയെയും കൊണ്ട് ഹോസ്പിറ്റലിലേക്ക് പായുകയായിരുന്നു റിയാസ്. ഇടയ്ക്കിടെ അവന്റെ ഫോൺ ബെല്ലടിക്കുന്നുണ്ടായിരുന്നു. നോക്കുമ്പോൾ റിയയുടെ കോളാണ്. എന്നാൽ, ആംബുലൻസിന്റെ സൈറൺ മുഴക്കത്തിനും രോഗിയുടെ ജീവനും ഇടയിൽ അവന് ഫോൺ എടുക്കാൻ കഴിഞ്ഞില്ല. പലതവണ റിയ വിളിച്ചുകൊണ്ടിരുന്നു. റിയാസ് ആ കോളുകളെല്ലാം കട്ട് ചെയ്തു.

ഹോസ്പിറ്റലിൽ എത്തിയയുടനെ രോഗിയെ അത്യാഹിത വിഭാഗത്തിലേക്ക് മാറ്റി. കൈകൾ കഴുകിയ ശേഷം റിയാസ് ഫോൺ എടുത്തു നോക്കി. റിയയുടെ ഒരുപാട് മിസ്സ്ഡ് കോളുകൾ! പരിഭ്രാന്തിയോടെ അവൻ തിരിച്ചുവിളിച്ചു. പക്ഷേ, അവളുടെ ഫോൺ സ്വിച്ച് ഓഫ് ആയിരുന്നു. ഉള്ളിൽ വല്ലാത്തൊരു ഭയം തോന്നിയ റിയാസ് മറ്റൊന്നും ചിന്തിക്കാതെ വേഗം വീട്ടിലേക്ക് മടങ്ങി.

വീടിന് മുന്നിൽ എത്തിയപ്പോൾ തന്നെ പരിചിതമല്ലാത്ത ശബ്ദങ്ങൾ അവൻ കേട്ടു. ഉള്ളിൽ നിന്നും ഖുർആൻ പാരായണത്തിന്റെ സ്വരം ഒഴുകി വരുന്നു:

‹›അലാ സ്വിറാത്തിൻ മുസ്തഖീം.....›› ‹›തൻസീലൽ അസീസിറഹീം....››

ഖുർആൻ സൂക്തങ്ങൾക്കൊപ്പം ഉയരുന്ന നിലവിളികൾ അവനെ തളർത്തിക്കളഞ്ഞു. റിയാസ് ഒന്നും മനസ്സിലാകാതെ അകത്തേക്ക് ഓടിക്കയറി. ആ കാഴ്ച കണ്ടതും അവന്റെ കയ്യിലിരുന്ന ബാഗ് അറിയാതെ താഴെ വീണു. കണ്ണുകൾ ഇരുട്ടു കയറുന്നതുപോലെ അവന് തോന്നി. ഇന്ന് രാവിലെ ജോലിക്ക് പോകുമ്പോൾ തന്റെ കയ്യിലിരുന്ന് കളിച്ച ബാസിത് മോൻ വിടപറഞ്ഞിരിക്കുന്നു!

കട്ടിലിന്മേൽ വെള്ളത്തുണി പുതപ്പിച്ചു കിടത്തിയിരിക്കുന്ന തന്റെ പ്രിയപ്പെട്ടവന്റെ ശരീരം. അവനു ചുറ്റുമിരുന്ന് ആളുകൾ വിങ്ങിപ്പൊട്ടുന്നു. റിയ കുഞ്ഞിന്റെ അരികിലിരുന്ന് കരളുരുകി കരയുകയാണ്. റിയാസ് ബാസിത്തിന്റെ അരികിലേക്ക് തളർന്നു വീണു. അവൻ ആ കുഞ്ഞുശരീരത്തെ വാരിപ്പുണർന്ന് ഉറക്കെ കരഞ്ഞു.

«ബാസിത് മോനേ... എണീക്കടാ...» «എടാ... ഉപ്പയെ തനിച്ചാക്കി പോകല്ലേടാ...» «മോനേ ഒന്ന് എണീറ്റ് ഉപ്പയുടെ കവിളിൽ ഒരു ഉമ്മ താടാ...»

റിയാസിന് തന്റെ സങ്കടം നിയന്ത്രിക്കാനായില്ല. അവൻ ബാസിത്തിന്റെ വാടിയ രണ്ട് കവിളുകളിലും മാറി മാറി ചുംബിച്ചു. സങ്കടക്കടലിൽ മുങ്ങിപ്പോയ ആ വീട്ടിൽ സമയം നിശ്ചലമായി നിന്നു. ഒടുവിൽ പള്ളിയിലേക്ക് കൊണ്ടുപോകാൻ സമയമായെന്ന് കാരണവന്മാർ പറഞ്ഞു. റിയ ഇപ്പോഴും ബാസിതിനെ കെട്ടിപ്പിടിച്ചു കിടക്കുകയാണ്. ഏറെ പണിപ്പെട്ടാണ്

ആളുകൾ അവളെ അവനിൽ നിന്നും മാറ്റിനിർത്തിയത്.

റിയാസും മറ്റ് ആളുകളും ചേർന്ന് ബാസിത്തിന്റെ ആ കൊച്ചു മയ്യത്ത് പള്ളിയിലേക്കായി എടുത്തു. റിയാസിന്റെ കണ്ണുകൾ തോരാതെ പെയ്തുകൊണ്ടിരുന്നു. കരഞ്ഞു കരഞ്ഞു അവന്റെ കുപ്പായം കണ്ണീരില് കുതിർന്നിരുന്നു. തന്റെ ഹൃദയത്തിന്റെ ഒരു കഷ്ണമാണ് ആ ചെറിയ തുണിക്കെട്ടിനുള്ളിൽ ഒതുങ്ങിയിരിക്കുന്നതെന്ന് അവൻ വേദനയോടെ ഓർത്തുകൊണ്ടിരുന്നു.

****** ****** ******

അധ്യായം 16

നിശബ്ദത തളംകെട്ടി നിൽക്കുന്ന പള്ളിപ്പറമ്പിലേക്ക് റിയാസും മറ്റ് ആളുകളും മയ്യത്തുമായി എത്തിച്ചേർന്നു. ഖബർസ്ഥാനിലേക്കുള്ള ഇടവഴിയിലൂടെ നടക്കുമ്പോൾ ഇരുവശത്തും നിരനിരയായി ഉറങ്ങുന്ന ഖബറുകൾ അവന്റെ ഉള്ളിൽ വലിയൊരു ശൂന്യത നിറച്ചു. പള്ളിപ്പറമ്പിന്റെ ഒരു വശത്തായി ബാസിത്തിന് വേണ്ടി പുതിയൊരു ചെറിയ ഖബർ തയ്യാറാക്കിയിരുന്നു. ആ കാഴ്ച കണ്ട റിയാസിന് തന്റെ സങ്കടം നിയന്ത്രിക്കാനായില്ല.

‹ഇന്നലെ രാത്രിയെന്റെ നെഞ്ചോട് ചേർന്ന് കിടന്നുറങ്ങിയ കുഞ്ഞാണ്... ഇനിയെന്റെ ബാസിമോൻ ഈ മണ്ണിലാണോ തനിച്ച് കിടക്കേണ്ടത്?› - ആ ചിന്ത അവന്റെ നെഞ്ചു പിളർക്കുന്നതായിരുന്നു.

എല്ലാവരും വുളൂഅ് ചെയ്ത് പള്ളിക്കകത്തേക്ക് കയറി. മയ്യത്ത് നിസ്കാരത്തിന് നേതൃത്വം നൽകാനായി അവർ പള്ളിയിലെ ഖത്വീബിനോട് അഭ്യർത്ഥിച്ചു. എന്നാൽ പള്ളിയിലേക്ക് നടന്നു വരുന്ന റിയാസിനെ കണ്ടപ്പോൾ ഖത്വീബ് ഉറക്കെ ഇങ്ങനെ പറഞ്ഞു:

«ഞാൻ നിസ്കാരത്തിന് നേതൃത്വം നൽകുന്നതിൽ യാതൊരു തടസ്സവുമില്ല. പക്ഷേ, ഒരു പിതാവ് തന്റെ സ്വന്തം മകന്റെ മയ്യത്ത് നിസ്കാരത്തിന് നേതൃത്വം നൽകുന്നത് എത്രയോ പുണ്യമാണ്. ഏതൊരു ഉപ്പയും ആഗ്രഹിക്കുന്നത് തന്റെ വിടവാങ്ങൽ നിമിഷം മകൻ നേതൃത്വം നൽകണമെന്നാണ്. അതുപോലെ തന്നെയാണ് ഒരു മകനും ആഗ്രഹിക്കുന്നത്—സ്വന്തം പിതാവ് തന്നെ അവസാന കർമ്മങ്ങൾക്ക് നേതൃത്വം നൽകണമെന്ന്.»

ഖത്വീബിന്റെ വാക്കുകൾ അവിടെ കൂടിയിരുന്നവരുടെ കണ്ണുകളെ ഈറനണിയിച്ചു. തന്റെ മകനുവേണ്ടിയുള്ള അവസാന കടമ റിയാസ് തന്നെ നിർവ്വഹിക്കണമെന്ന് എല്ലാവരും ആഗ്രഹിച്ചു. വിറയ്ക്കുന്ന കാലുകളോടെ റിയാസ് ഇമാമായി നിന്നു. നാല് തക്ബീറുകൾക്കും സലാമിനും ശേഷം ബാസിത്തിന്റെ പരലോക നന്മയ്ക്കായി എല്ലാവരും ചേർന്ന് പ്രാർഥിച്ചു.

പിന്നീട് മയ്യത്തുമായി എല്ലാവരും ഖബറിനരികിലേക്ക് നീങ്ങി. റിയാസും ഉസ്താദുമാരും ചേർന്ന് ആ പട്ടുപോലുള്ള കുഞ്ഞുശരീരം പതുക്കെ മണ്ണിലേക്ക് ഇറക്കിവെച്ചു. കുഴിയിലേക്ക് മണ്ണ് നീക്കുമ്പോൾ റിയാസ് ഓരോ പിടി മണ്ണും എടുത്ത് മന്ത്രിച്ചു:

«ഇതിൽ നിന്നാണ് നിന്നെ സൃഷ്ടിച്ചത്...» «ഇതിലേക്കുതന്നെയാണ് നിന്റെ മടക്കവും...» «ഇതിൽ നിന്നുതന്നെയാണ് നിന്നെ പുനർജീവിപ്പിക്കുക...»

ഖബറടക്കം പൂർത്തിയായി. ഖത്വീബ് ഉസ്താദ് ബാസിത്തിനുവേണ്ടി ദുആ ചെയ്യുമ്പോൾ എല്ലാവരും വിങ്ങലോടെ ആമീൻ പറഞ്ഞു. റിയാസിന്റെ മനസ്സിൽ അപ്പോഴും ബാസിത്തിന്റെ ചിരിയും കുഞ്ഞു വിരലുകളും അവന് നൽകിയ ചുംബനങ്ങളും ഒരു നോവായി മിന്നിമറയുകയായിരുന്നു.

പ്രാർഥനകൾക്കും ഖുർആൻ പാരായണത്തിനും ശേഷം ആളുകൾ ഓരോരുത്തരായി പിരിഞ്ഞുപോയി. പക്ഷേ, റിയാസ് മാത്രം ആ ഖബറിനരികിൽ തന്നെ നിന്നു. നേരം ഇരുട്ടിത്തുടങ്ങിയിട്ടും തന്റെ പ്രിയപ്പെട്ടവനെ പിരിയുവാനുള്ള മടികൊണ്ട് അവൻ അവിടെ മുട്ടുകുത്തിയിരുന്നു പ്രാർഥിച്ചു.

മണിക്കൂറുകൾക്ക് ശേഷം, ശൂന്യമായ മനസ്സുമായി അവൻ തന്റെ വീട്ടിലേക്ക് സാവധാനം മടങ്ങി

****** ****** ******

അധ്യായം 17

ബാസിത്തിനെ മണ്ണിൽ തനിച്ചാക്കി വീട്ടിലെത്തിയ റിയാസ് നേരെ മുറിയിലേക്ക് ചെന്ന് തളർന്നിരുന്നു. ശൂന്യമായ ആ മുറി അവനെ വല്ലാതെ ശ്വാസം മുട്ടിക്കുന്നുണ്ടായിരുന്നു. മകന്റെ വിയോഗം കണ്ട് തളർന്നുപോയ മകനെ നോക്കി ഉമ്മ അരികിലെത്തി.

«മോനെ... നീയെന്താ ഇങ്ങനെ? ബാസിത് മോൻ അല്ലാഹുവിലേക്ക് തിരിച്ചുപോയതല്ലേടാ. നീ വന്ന് എന്തെങ്കിലും കഴിക്ക്. രാവിലെ കഴിച്ചതിൽ പിന്നെ നിന്റെ വയറ്റിൽ ഒന്നും ചെന്നിട്ടില്ലല്ലോ,» ഉമ്മ വാത്സല്യത്തോടെ പറഞ്ഞു.

«ഉമ്മാ... എനിക്കിപ്പോൾ ഒന്നിനും തോന്നുന്നില്ല. വിശപ്പില്ല ഉമ്മാ... ഞാൻ പിന്നെ കഴിച്ചോളാം,» റിയാസ് ഒഴിഞ്ഞുമാറാൻ ശ്രമിച്ചു. «അതൊന്നും പറഞ്ഞാൽ പറ്റില്ല മോനെ. നീയല്ലേ ഈ കുടുംബത്തിന്റെ താങ്ങ്? നീ തന്നെ ഇങ്ങനെ തളർന്നിരുന്നാൽ റിയയെ ആര് സമാധാനിപ്പിക്കും? അവൾ നിന്നെ നോക്കിയാണ് നിൽക്കുന്നത്. നീ ചെന്ന് അവളെ ആശ്വസിപ്പിക്ക്,» ഉമ്മയുടെ വാക്കുകൾ അവന് പുതിയൊരു ഉത്തരവാദിത്തം നൽകി.

റിയാസ് പതിയെ റിയയുടെ അടുത്തേക്ക് ചെന്നു. അവൾ തകർന്നുപോയിരുന്നു. രാവിലെ തുടങ്ങിയ കരച്ചിൽ ഇപ്പോഴും നിന്നിട്ടില്ല. റിയാസ് അവളെ സമാധാനിപ്പിക്കാൻ ശ്രമിച്ചെങ്കിലും റിയയുടെ വേദനയ്ക്ക് മുന്നിൽ അവന്റെ വാക്കുകൾ നിഷ്പ്രഭമായി.

«എന്തായി ഇക്കാ...» റിയ കണ്ണീർ തുടച്ചുകൊണ്ട് പതുക്കെ ചോദിച്ചു.

«സോറി... സോറി മോളെ... എന്നോട് ക്ഷമിക്ക്. എനിക്ക് ആ സമയത്ത് ഒരു രോഗിയെ ഹോസ്പിറ്റലിൽ എത്തിക്കേണ്ടി വന്നു. നീ വിളിച്ചപ്പോൾ എനിക്ക് ഫോൺ എടുക്കാൻ പറ്റിയില്ല,» റിയാസിന്റെ ശബ്ദം ഇടറി.

«ഇക്കാ... അതൊന്നും കുഴപ്പമില്ല. നിങ്ങൾ ആ സമയത്ത് വന്നാൽ പോലും അവനെ മരണത്തിൽ നിന്ന് രക്ഷിക്കാൻ നമുക്ക് കഴിയില്ലായിരുന്നു. നമ്മൾ എത്ര ശ്രമിച്ചാലും പടച്ചവൻ നിശ്ചയിച്ചതല്ലാതെ മറ്റൊന്നും സംഭവിക്കില്ലല്ലോ,» അവൾ അവനെ ആശ്വസിപ്പിച്ചു.

ഭാര്യയുടെ പക്വതയാർന്ന വാക്കുകൾ കേട്ടപ്പോൾ റിയാസിന്റെ ഉള്ളിലെ സങ്കടം അണപൊട്ടിയൊഴുകി. അവൻ അവളെ തന്നോട് ചേർത്തുപിടിച്ചു. അവളുടെ കവിളുകളിൽ തൊട്ടുകൊണ്ട് അവൻ മന്ത്രിച്ചു: «റിയാ... നിന്നെപ്പോലൊരു പെണ്ണിനെ എനിക്ക് കിട്ടിയതാണ് എന്റെ ഭാഗ്യം.»

അവർ സാവധാനം ഭക്ഷണത്തിനായി എഴുന്നേറ്റു. ഉമ്മ അവർക്ക് ഭക്ഷണം വിളമ്പിക്കൊടുത്തു. മെല്ലെ പെയ്തുകൊണ്ടിരുന്ന മഴ പോലെ സങ്കടം അപ്പോഴും ആ വീട്ടിൽ നിറഞ്ഞുനിന്നു. കൈ കഴുകി എഴുന്നേറ്റപ്പോൾ റിയ വീണ്ടും വിതുമ്പി.

«ഇക്കാ... നമ്മുടെ ബാസി... ഇന്നലെ ഈ സമയം നമ്മുടെ കൂടെ കളിച്ച് ചിരിച്ചു നടന്നവൻ... ഇന്നു മുതൽ അവൻ ആ മണ്ണിൽ തനിച്ചായിരിക്കുമല്ലോ ഇക്കാ...» റിയയുടെ വാക്കുകൾ ആ മുറിയിൽ മുഴങ്ങി.

റിയാസ് അവളുടെ കണ്ണീർ തുടച്ചു കൊടുത്തു. «ഏയ്... അങ്ങനെയൊന്നും പറയല്ലേ. നീ അവനുവേണ്ടി പ്രാർത്ഥിക്ക്. അവൻ ഇപ്പോൾ സ്വർഗ്ഗത്തിലാണ്. നമുക്ക് അവനെ അവിടെ വെച്ച് കാണാം. നീ സമാധാനമായിരിക്കൂ.»

അവൻ അവളെ തന്റെ നെഞ്ചോട് ചേർത്ത് പിടിച്ചു. റിയാസിന്റെ മനസ്സിൽ അപ്പോഴും ബാസിത്തിന്റെ ചിരിയും കളികളും തെളിഞ്ഞു വരുന്നുണ്ടായിരുന്നു. ഉള്ളിൽ സങ്കടത്തിന്റെ ഒരു വലിയ കുഴി രൂപപ്പെടുന്നുണ്ടെങ്കിലും റിയയ്ക്ക് മുന്നിൽ അവൻ അത് മറച്ചുപിടിച്ചു. അവളുടെ കണ്ണീർ തുടയ്ക്കുമ്പോഴും അവന്റെ ഉള്ളം വിങ്ങുകയായിരുന്നു.

****** ****** ******

അധ്യായം 18

ദിവസങ്ങൾ ആഴ്ചകൾക്കും മാസങ്ങൾക്കും വഴിമാറി. റിയാസിന്റെ ജീവിതം ഒരു ശൂന്യതയിൽ തങ്ങിനിൽക്കുകയായിരുന്നു. എന്നും വൈകുന്നേരം അവൻ ബാസിത്തിന്റെ ഖബറിനരികിൽ പോയി പ്രാർത്ഥിക്കും. ആ ചെറിയ മണ്ണിട്ട കുഴിക്കരികിൽ ഇരിക്കുമ്പോൾ അവന്റെ മനസ്സ് പഴയ ഓർമ്മകളിലേക്ക് മടങ്ങും. ബാസിത്തിന്റെ കൊഞ്ചലും ചിരിയും ഇല്ലാത്ത ആ വീട് അവനെ ശ്വാസം മുട്ടിച്ചു. പതുക്കെപ്പതുക്കെ അവൻ ഒരു മാനസിക രോഗിയെപ്പോലെയായി മാറി.

ആ സങ്കടക്കടലിൽ നിന്ന് രക്ഷപ്പെടാൻ റിയാസ് ലഹരിയുടെ വഴി തിരഞ്ഞെടുത്തു. കള്ള് കുടിക്കുമ്പോൾ തന്റെ മുന്നിൽ ബാസിത്ത് വന്നു നിൽക്കുന്നതുപോലെ അവന് തോന്നി. ആ ലഹരിയിൽ അവന്റെ വേദനകൾ താത്കാലികമായി അലിഞ്ഞുപോയി. എന്നാൽ റിയയോ ഉമ്മയോ ഇതൊന്നും അറിഞ്ഞതേയില്ല. ജോലിക്ക് പോകുകയാണെന്ന വ്യാജേന അവൻ എന്നും രാവിലെ വീട്ടിൽ നിന്നിറങ്ങും.

«എന്താ മോനെ ഈ നേരത്തെ?» എന്ന് ഉമ്മയോ റിയയോ ചോദിച്ചാൽ, «ഇന്ന് ഹോസ്പിറ്റലിൽ ഒരു പ്രത്യേക മീറ്റിംഗുണ്ട് ഉമ്മാ...» എന്ന പതിവ് കള്ളം പറഞ്ഞ് അവൻ രക്ഷപ്പെടും.

ഹോസ്പിറ്റലിൽ എത്തുന്നതിന് തൊട്ടുമുമ്പ് ഒരു കള്ള് ഷാപ്പുണ്ടായിരുന്നു. അതാണ് ഇപ്പോൾ അവന്റെ താവളം. ചിലപ്പോൾ ഡ്യൂട്ടിക്ക് പോകും, മറ്റു ചിലപ്പോൾ ആ ഷാപ്പിലിരുന്ന് നേരം വെളുപ്പിക്കും. അങ്ങനെയുള്ള ഒരു ദിവസമായിരുന്നു അത്.

പതിവുപോലെ റിയാസ് ഷാപ്പിലെത്തി കുടിച്ചു മത്തുപിടിച്ചിരുന്നു. ലഹരി തലയ്ക്ക് പിടിച്ചപ്പോൾ അവൻ അവിടെയിരുന്ന് ബോധരഹിതനായി.

നേരം വൈകുന്നേരമായി. ഷാപ്പിലെ ഒരു സ്റ്റാഫ് വന്ന് അവനെ തട്ടിവിളിച്ചു. «സർ... എഴുന്നേൽക്കൂ. നിങ്ങളുടെ ഫോൺ കുറെ നേരമായി നിർത്താതെ ബെല്ലടിക്കുന്നു.»
റിയാസ് കണ്ണ് തിരുമ്മി എഴുന്നേറ്റു. വിറയ്ക്കുന്ന കൈകളോടെ അവൻ ഫോണെടുത്തു നോക്കി. റിയയുടെ ഒരുപാട് മിസ്സ്ഡ് കോളുകൾ! പെട്ടെന്ന് വാട്സാപ്പ് തുറന്നപ്പോൾ ഉമ്മയുടെ ഒരു വോയിസ് മെസ്സേജ് ശ്രദ്ധയിൽപ്പെട്ടു.

«മോനെ റിയാസേ... നീയെന്താ ഫോൺ എടുക്കാത്തത്? റിയ മോൾക്ക് പ്രസവവേദന തുടങ്ങിയെന്നു തോന്നുന്നു. അവൾ വല്ലാതെ വേദനിക്കുന്നുണ്ട്. നീയൊന്ന് വേഗം വാടാ... അവളെ ഹോസ്പിറ്റലിൽ എത്തിക്കണം. ഇത് കേട്ട ഉടനെ നീയൊന്ന് വേഗം വായോ...»

മെസ്സേജ് അയച്ച സമയം കണ്ട റിയാസിന്റെ മത്തു മുഴുവൻ ഇറങ്ങിപ്പോയി. സമയം മൂന്ന് മണിക്ക് വന്ന മെസ്സേജാണ്! ഇപ്പോൾ നാല് മണി കഴിഞ്ഞിരിക്കുന്നു. റിയാസിന്റെ ഉള്ളിൽ ആധി കയറി. അവൻ ആംബുലൻസ് സ്റ്റാർട്ട് ചെയ്ത് വീട്ടിലേക്ക് കുതിച്ചു. വീട്ടിലെത്തിയപ്പോൾ ഉമ്മയും റിയയും അയൽക്കാരും സിറ്റൗട്ടിൽ കാത്തുനിൽക്കുകയായിരുന്നു. റിയയുടെ വേദന കണ്ടപ്പോൾ അവന് സഹിക്കാനായില്ല. ഒന്നും സംസാരിക്കാതെ അവരെയും കൂട്ടി അവൻ ഹോസ്പിറ്റലിലേക്ക് പാഞ്ഞു. തന്റെ അശ്രദ്ധ ഓർത്ത് ആ നിമിഷം അവൻ സ്വയം ശപിക്കുകയായിരുന്നു.

****** ****** ******

അധ്യായം 19

ഹോസ്പിറ്റലിലെ അത്യാഹിത വിഭാഗത്തിന് മുന്നിൽ സമയം നിശ്ചലമായതുപോലെ തോന്നി. റിയ ലേബർ റൂമിനുള്ളിലായിരുന്നു. പുറത്ത് ഉമ്മയും അയൽവാസികളും ശ്വാസമടക്കിപ്പിടിച്ച് പ്രാർഥനകളിലായിരുന്നു. ചിലരുടെ തേങ്ങലുകൾ ആ വരാന്തയിൽ മുഴങ്ങുന്നുണ്ടായിരുന്നു. ഏറെ നേരത്തെ കാത്തിരിപ്പിനൊടുവിൽ തളർന്ന മുഖത്തോടെ ഡോക്ടർപുറത്തേക്ക് വന്നു. റിയാസ് വെപ്രാളത്തോടെ അദ്ദേഹത്തിന് അരികിലേക്ക് പാഞ്ഞുചെന്നു.

«റിയാസ്... ഞങ്ങൾക്ക് ഇനി ഒന്നും ചെയ്യാൻ സാധിക്കില്ല,»

ഡോക്ടറുടെ വാക്കുകൾ ഒരു ഇടിത്തീ പോലെ അവന്റെ കാതിൽ പതിച്ചു.

«വേദന തുടങ്ങിയപ്പോൾ തന്നെ നീ അവളെ ഇവിടെ എത്തിക്കേണ്ടതായിരുന്നു. സമയം ഒരുപാട് വൈകിപ്പോയി. വേദന സഹിക്കാവുന്നതിലും അധികമായിരുന്നു. ചിലപ്പോൾ അവളുടെ ജീവൻ തന്നെ...»

റിയാസ് തകർന്നുപോയി. അവൻ ഡോക്ടറുടെ കൈകളിൽ പിടിച്ചു വിങ്ങിപ്പൊട്ടി.

«ഡോക്ടർ... പ്ലീസ്... എന്നെക്കൊണ്ട് ആവില്ല. നിങ്ങൾ എങ്ങനെയെങ്കിലും അവളെ ഒന്ന് രക്ഷിക്കൂ... പടച്ചവനെ ഓർത്ത് എന്തെങ്കിലും ചെയ്യൂ...»

«ഞങ്ങൾ ഞങ്ങളുടെ പരമാവധി ശ്രമിച്ചിട്ടുണ്ട് റിയാസ്. പക്ഷേ, ഇനി എല്ലാം പടച്ചവന്റെ കയ്യിലാണ്. പ്രാർത്ഥിക്കൂ...»

ഡോക്ടർ തലതാഴ്ത്തി പറഞ്ഞു.

മണിക്കൂറുകൾ നീണ്ട ശ്വാസംമുട്ടലിനൊടുവിൽ ഒരു നേഴ്സ് പുറത്തേക്ക് വന്നു. അവരുടെ കണ്ണുകൾ നിറഞ്ഞൊഴുകുന്നുണ്ടായിരുന്നു. «റിയാസ്... റിയ വിടവാങ്ങി

ആ വാക്കുകൾ കേട്ടതും പ്രാർഥനകൾ ഒരു വിലാപമായി മാറി. റിയാസിന്റെ ഉള്ളിൽ ഇരുട്ടു കയറി. അവൻ ബോധംകെട്ടു വീണു. അയൽവാസികൾ ഓടിവന്ന് അവന്റെ മുഖത്ത് വെള്ളം തളിച്ചു. ബോധം തിരിച്ചു കിട്ടിയെങ്കിലും അവന്റെ ശരീരം ആകെ തളർന്നിരുന്നു.

«നീ അല്പം മുൻപ് എത്തിച്ചിരുന്നെങ്കിൽ ഒരുപക്ഷേ അവളെ രക്ഷിക്കാൻ കഴിയുമായിരുന്നു,» ഡോക്ടറുടെ ആ വാക്കുകൾ റിയാസിന്റെ ഉള്ളിൽ ഒരു മുള്ളുപോലെ തറച്ചു. തന്റെ അമിതമായ ആ ലഹരിയും അശ്രദ്ധയുമാണ് തന്റെ പ്രിയതമയുടെ മരണത്തിന് കാരണമെന്ന് അവൻ തിരിച്ചറിഞ്ഞുവർഷങ്ങൾക്ക് മുൻപ് ഒരു അപകടത്തിൽപ്പെട്ട യുവാവിനെ കൃത്യസമയത്ത് ഹോസ്പിറ്റലിൽ എത്തിച്ച് ജീവൻ രക്ഷിച്ച കാര്യം അവൻ ഓർത്തു. അന്ന് ആ യുവാവിന്റെ ഉമ്മ റിയാസിനോട് പറഞ്ഞിരുന്നു: «മോനേ, ലഹരിയുടെ വഴിയിലേക്ക് നീ ഒരിക്കലും പോകരുത്. അത് നിന്റെ കുടുംബത്തെ നശിപ്പിക്കും.» ആ വാക്കുകൾ ഇന്ന് അവന്റെ ജീവിതത്തിൽ ഒരു കയ്പേറിയ സത്യമായി മാറിയിരിക്കുന്നു.

«സർ... റിയയ്ക്ക് ഒരു അവസാന ആഗ്രഹമുണ്ടായിരുന്നു,» നേഴ്സ് വിതുമ്പിക്കൊണ്ട് പറഞ്ഞു. «മറമാടുമ്പോൾ തന്നെ തന്റെ കുഞ്ഞിന്റെ അരികിൽ തന്നെ വേണമെന്ന് അവൾ പറഞ്ഞിരുന്നു.»

റിയാസിന്റെ ഉള്ളം പിളർന്നു. ബാസിതും പോയി, തന്റെ പ്രിയപ്പെട്ട റിയയും പോയി. താൻ ഇനി ആർക്കുവേണ്ടി ജീവിക്കണം? അവൻ വിറയ്ക്കുന്ന കൈകളോടെ അത്യാഹിത വിഭാഗത്തിന്റെ വാതിൽ തുറന്ന് ഉള്ളിലേക്ക് കയറി.

അവിടെ, ആ കട്ടിലിൽ നിത്യനിദ്രയിലായ റിയ... അവൾ ഇപ്പോഴും മനോഹരമായി പുഞ്ചിരിക്കുകയാണെന്ന് അവന് തോന്നി.

റിയാ... എഴുന്നേൽക്കടി... നീയില്ലാതെ ഞാനെങ്ങനെ ജീവിക്കും?»

അവൻ അവളുടെ തണുത്ത കൈകൾ പിടിച്ചു വിങ്ങിപ്പൊട്ടി. അവളോട് ഓരോന്ന് പിറുപിറുത്ത് അവൻ ഒരു ഭ്രാന്തനെപ്പോലെ അവിടെ ഇരുന്നു. കുടുംബക്കാരും സുഹൃത്തുക്കളും അവനെ ആശ്വസിപ്പിക്കാൻ പണിപ്പെട്ടു.

വിധിക്കു മുന്നിൽ റിയാസ് തോറ്റുപോയിരുന്നു
റിയയുടെ ശരീരം വീട്ടിലെത്തിക്കാനായി അവൻ ആംബുലൻസ് സ്റ്റാർട്ട് ചെയ്തു. പക്ഷേ, കണ്ണീർ അവന്റെ കാഴ്ചകളെ മറച്ചു. സ്റ്റിയറിംഗിൽ കൈവെച്ചപ്പോൾ തന്റെ മുന്നിലുള്ളതെല്ലാം മാഞ്ഞുപോകുന്നതായി അവന് തോന്നി. സങ്കടം കൊണ്ട് അവന് വണ്ടി ഓടിക്കാനായില്ല. ഒടുവിൽ അവിടെയുണ്ടായിരുന്ന മറ്റൊരു ഡ്രൈവറെ വിളിച്ച് റിയയുടെ മയ്യത്തുമായി അവൻ തന്റെ ശൂന്യമായ വീട്ടിലേക്ക് യാത്രയായി.

****** ****** ******

അധ്യായം 20

റിയയുടെ ചേതനയറ്റ ശരീരത്തിനരികിൽ മരവിച്ച മനസ്സോടെ റിയാസ് ഇരുന്നു. ആംബുലൻസ് വീട്ടുമുറ്റത്ത് എത്തിയപ്പോൾ അവിടെ ബന്ധുക്കളും നാട്ടുകാരും കൊണ്ട് നിറഞ്ഞിരുന്നു. റിയയുടെ ഉറ്റവരും ഉടയവരും അപ്പോഴേക്കും അവിടെ എത്തിച്ചേർന്നിരുന്നു. നിലവിളികൾക്കിടയിൽ റിയയെ അവസാനമായി കുളിപ്പിച്ചു. മയ്യത്ത് നിസ്കാരത്തിനായി പള്ളിയിലേക്ക് കൊണ്ടുപോകുമ്പോൾ റിയാസിന്റെ ലോകം നിശ്ചലമായിരുന്നു.

റിയയുടെ വീടിനടുത്തുള്ള മഹല്ല് പള്ളിയിലായിരുന്നു നിസ്കാരം. ഖത്വീബ് ഇമാമായി നിന്ന് നിസ്കാരം പൂർത്തിയാക്കി. റിയാസും മറ്റ് ഏതാനും പേരും ചേർന്ന് അവളെ ഖബറിലേക്ക് ഇറക്കി വെച്ചു. തന്റെ മകൻ ബാസിത്ത് ഉറങ്ങുന്ന മണ്ണിൽ തന്നെ റിയയ്ക്കും ഇടം ലഭിച്ചു. പ്രിയപ്പെട്ടവർ ഓരോരുത്തരായി പിരിഞ്ഞു പോയിട്ടും റിയാസ് അവിടെത്തന്നെ ഇരുന്നു. വിറയ്ക്കുന്ന ശബ്ദത്തിൽ ഖുർആൻ ഓതിയും കണ്ണീരോടെ പ്രാർഥിച്ചും അവൻ ആ ഖബറിനരികിൽ ഏറെ നേരം ചിലവഴിച്ചു. അന്ധകാരം പടർന്നപ്പോൾ ഏകാന്തനായി അവൻ വീട്ടിലേക്ക് മടങ്ങി. സിറ്റൗട്ടിൽ തളർന്നിരിക്കുന്ന റിയാസിനടുത്തേക്ക് ഉമ്മ സാവധാനം നടന്നെത്തി.

«ഉമ്മാ... ഞാനിനി എന്തിനാ ജീവിക്കുന്നത്?» അവൻ പൊട്ടിക്കരഞ്ഞു കൊണ്ട് ചോദിച്ചു.

«എന്നെക്കൊണ്ട് ഈലോകത്തിന് എന്ത് ഉപകാരമാണുള്ളത്? ഞാൻ കാരണമാ റിയ മരിച്ചത്...»

റിയാസ് നടന്നതെല്ലാം ഉമ്മയോട് തുറന്നു പറഞ്ഞു. താൻ ഫോൺ എടുക്കാൻ വൈകിയതും അതാണ് മരണത്തിന് കാരണമായതെന്ന കുറ്റബോധവും അവൻ പങ്കുവെച്ചു. «റിയാസേ...» ഉമ്മ അവന്റെ തലയിൽ തലോടി. «നീ കള്ള് കുടിക്കില്ലെന്ന് എനിക്ക് സത്യം ചെയ്തു തന്നതല്ലേ? ആ മനേജരുടെ നിർബന്ധത്തിന് വഴങ്ങി നീ ചെയ്തത് വലിയ തെറ്റാണ്. പക്ഷേ മോനെ, അല്ലാഹു നിശ്ചയിച്ച ആയുസ്സ് അത്രയേ ഉണ്ടായിരുന്നുള്ളൂ. നീ നേരത്തെ വന്നാലും ചിലപ്പോൾ വിധി മറ്റൊന്നാകില്ലായിരുന്നു. സമാധാനിക്ക്.»

ഉമ്മ തുടർന്നു, «നീയിനി ആ ഹോസ്പിറ്റലിലെ ജോലിക്ക് പോകണ്ട. ആ മാനേജർ കാരണമാണല്ലോ നിനക്ക് ഈ ദുശ്ശീലം തുടങ്ങിയത്. നീ ആ ജോലി ഉപേക്ഷിക്കൂ.»

«ഞാനും അത് തന്നെയാണ് ചിന്തിച്ചത് ഉമ്മാ. റിയ പോയതോടെ എനിക്ക് വണ്ടി ഓടിക്കാനും കഴിയില്ല. ആ ആംബുലൻസ് ഞാൻ ആർക്കെങ്കിലും നൽകിയാലോ?»

«നല്ല കാര്യം മോനെ. നമ്മുടെ അയൽപക്കത്തെ രാഹുലിന് അത് കൊടുത്താലോ? അവന്റെ അച്ഛൻ കിടപ്പിലാണ്, രാഹുൽ ജോലിയുമില്ലാതെ കഷ്ടപ്പെടുകയാണ്. അവനതൊരു വലിയ വെളിച്ചമാകും. പിന്നെ ഒരു കാര്യം കൂടി... ആ വണ്ടിക്ക് ‹റിയ› എന്ന് പേരിടണം. ഓരോ രോഗിയെയും രക്ഷിക്കുമ്പോൾ അതിന്റെ പ്രതിഫലം അവൾക്ക് ലഭിക്കട്ടെ.»
അടുത്ത ദിവസം റിയാസ് രാഹുലിന്റെ വീട്ടിലെത്തി. രാഹുൽ സിറ്റൗട്ടിൽ ഇരുന്നു പത്രം വായിക്കുകയായിരുന്നു. റിയാസിനെ കണ്ടപ്പോൾ അവൻ വേഗം എഴുന്നേറ്റു അച്ഛനെ വിളിക്കാൻ നോക്കി.

«രാഹുലേ, സാരമില്ല. ഞാൻ ഒരു കാര്യം പറയാൻ വന്നതാ. നിനക്കിപ്പോൾ ജോലിയൊന്നുമില്ലല്ലോ.

എന്റെആംബുലൻസ് ഞാൻ നിനക്ക് തരികയാണ്. അതൊരു ജോലിയായി നീ എടുത്തോളണം.»

റിയാസിക്കാ... എന്റെ കയ്യിൽ പണമൊന്നുമില്ല. ഞാൻ പതുക്കെ തരാം,» രാഹുൽ വിനയത്തോടെ പറഞ്ഞു.

«വേണ്ട രാഹുലേ, എനിക്ക് പണം വേണ്ട. പക്ഷേ ഒരു നിബന്ധനയുണ്ട്. ആ വണ്ടിയിൽ എന്റെ ഭാര്യയുടെ പേരുണ്ടാകണം. ‹റിയ› എന്ന്. നിനക്ക് കുഴപ്പമില്ലല്ലോ?»

«അതൊരിക്കലും ഒരു കുഴപ്പമല്ല ഇക്കാ. പക്ഷേ ഞാൻ പൈസ തരാം...»

«വേണ്ട മോനെ. നീ എനിക്ക് വേണ്ടി പ്രാർത്ഥിച്ചാൽ മാത്രം മതി,» റിയാസ് ഉറപ്പിച്ചു പറഞ്ഞു.

ആംബുലൻസ് രാഹുലിനെ ഏൽപ്പിച്ചു തിരികെ വരുമ്പോൾ റിയാസിന്റെ മനസ്സിൽ നേരിയൊരു ആശ്വാസം തോന്നി. രാത്രി നടന്ന കാര്യങ്ങളെല്ലാം അവൻ ഉമ്മയോട് പറഞ്ഞു. ഉമ്മയുടെ മുഖത്തും സന്തോഷം വിരിഞ്ഞു. കിടക്കയിലേക്ക് ചാഞ്ഞപ്പോൾ അവന്റെ മനസ്സ് വീണ്ടും റിയയുടെ ഓർമ്മകളിൽ തങ്ങിനിന്നു. ഇന്നലെ തന്റെ അരികിലുണ്ടായിരുന്നവൾ ഇന്ന് ആ തണുത്ത മണ്ണിലാണ്. അവളുടെ ഓർമ്മകൾക്ക് നടുവിൽ, പ്രായശ്ചിത്തത്തിന്റെ കണ്ണീരോടെ റിയാസ് പതുക്കെ ഉറക്കത്തിലേക്ക് ആണ്ടുപോയി.

****** ****** ******

അധ്യായം 21

പിറ്റേന്ന് രാവിലെ ഉമ്മയുടെ ഫോൺവിളി കേട്ടാണ് റിയാസ് ഉണർന്നത്. മയക്കത്തിൽ നിന്നും എഴുന്നേൽക്കാൻ വൈകിപ്പോയിരുന്നു; സമയം ഏഴ് മണി കഴിഞ്ഞിരുന്നു. സുബഹി നിസ്കാരം കഴിഞ്ഞ് വന്ന റിയാസിനെ ഉമ്മ അരികിലേക്ക് വിളിച്ചു.

«മോനെ, നിനക്കിപ്പോൾ ജോലിയൊന്നുമില്ലല്ലോ. പ്രയാസമില്ലെങ്കിൽ നീ ഈ ജോലിക്ക് കയറി നോക്കൂ,» ഉമ്മ ഒരു നിർദ്ദേശം മുന്നോട്ടുവെച്ചു.

«എന്താണ് ഉമ്മാ ജോലി?» റിയാസ് ആകാംക്ഷയോടെ ചോദിച്ചു.

«എക്സൈസ് ഓഫീസറുടെ തസ്തികയാണ്. എന്റെ അനിയത്തിയുടെ മകൻ റസാഖ് ഇപ്പോൾ വേറൊരു ഡിപ്പാർട്ട്മെന്റിലേക്ക് മാറിയിരിക്കുകയാണ്. നീ ജോലിയില്ലാതെ ഇരിക്കുകയാണെന്ന് അറിഞ്ഞപ്പോൾ അവൻ നിനക്ക് ആ ജോലി ശരിയാക്കി തരാമെന്ന് പറഞ്ഞിരുന്നു.»

റിയാസ് അല്പനേരം ആലോചിച്ചു. «ഉമ്മയുടെ ഇഷ്ടം തന്നെയാണ് എന്റെയും ഇഷ്ടം. എനിക്ക് സമ്മതമാണ് ഉമ്മാ.» «എങ്കിൽ നീ ഇന്ന് തന്നെ പോയി ചാർജെടുത്തോളൂ,» ഉമ്മ സന്തോഷത്തോടെ പറഞ്ഞു.

«ഉമ്മാ... ഇനിയൊരു വാക്ക് ഞാൻ തരാം. നമ്മുടെ നാട്ടിൽ ഇനി ആരും ലഹരിക്കടിമയാകാൻ ഞാൻ അനുവദിക്കില്ല. അതിനായി എനിക്ക് കഴിയുന്നതെല്ലാം ഞാൻ ചെയ്യും,»

സഹപ്രവർത്തകർ നൽകിയത്. അസിസ്റ്റന്റ് ഓഫീസർ അവനെ എല്ലാവർക്കും പരിചയപ്പെടുത്തി. ഡ്യൂട്ടി കഴിഞ്ഞ് വൈകുന്നേരംവീട്ടിലെത്തിയ റിയാസ് ഉമ്മയെ കെട്ടിപ്പിടിച്ച് നെറ്റിയിൽ ചുംബിച്ചു.

«മോനെ റിയാസേ... ഈ നാട്ടിലുള്ളവരുടെ ജീവിതം ഇനി നിന്റെ കൈകളിലാണ്. അവരെ ലഹരിയുടെ കരാളഹസ്തങ്ങളിൽ നിന്നും നീ രക്ഷിക്കണം,» ഉമ്മ അവന്റെ കൈകൾ ചേർത്തുപിടിച്ചു.

«ശരി ഉമ്മാ... ഞാൻ പരമാവധി ശ്രമിക്കും.» റിയാസ് വിനയത്തോടെ മറുപടി നൽകി.

****** ****** ******

അധ്യായം 22

ദിവസങ്ങൾ ആഴ്ചകൾക്കും മാസങ്ങൾക്കും വഴിമാറി. റിയാസ് ഒരു എക്സൈസ് ഓഫീസറായി ചുമതലയേറ്റതോടെ നാടിന്റെ മുഖച്ഛായ തന്നെ മാറിത്തുടങ്ങി. അവന്റെ കഠിനാധ്വാനവും ആത്മാർത്ഥതയും കാരണം നാടാകെ അവനെക്കുറിച്ച് നല്ലതുമാത്രം പറഞ്ഞു. റിയാസ് എന്ന പേര് നാട്ടുകാരുടെ നാവുകളിൽ ഒരു പ്രതീക്ഷയായി മാറി.

ഒരു ദിവസം രാവിലെ റിയാസ് ഉണരാൻ അല്പം വൈകിപ്പോയി. പെട്ടെന്ന് തന്നെ തയ്യാറായി അവൻ ഓഫീസിലേക്ക് പുറപ്പെട്ടു. റോഡിൽ നല്ല ട്രാഫിക് ഉണ്ടായിരുന്നു. ട്രാഫിക് ഒഴിഞ്ഞതും അവൻ വണ്ടിക്ക് വേഗത കൂട്ടി. പെട്ടെന്നായിരുന്നു അത് സംഭവിച്ചത്; നിയന്ത്രണം വിട്ടു വന്ന ഒരു കാർ റിയാസിന്റെ ബൈക്കിന് പിന്നിലിടിച്ചു. അവൻ തെറിച്ചു വീണു. ശരീരമാകെ രക്തത്തിൽ കുളിച്ചു ബോധരഹിതനായി കിടന്ന റിയാസിനെ കണ്ട നാട്ടുകാർ തടിച്ചുകൂടി. ആസമയം ആ വഴി വന്ന ഒരു ആംബുലൻസ് അവർ കൈ കാട്ടി നിർത്തിച്ചു.

അവർ റിയാസിനെ ആംബുലൻസിലേക്ക് മാറ്റി. ഉടനെ തന്നെ ഉമ്മയെ വിവരമറിയിച്ചു. സയറൻ മുഴക്കി ആംബുലൻസ് ഹോസ്പിറ്റലിലേക്ക് കുതിച്ചു. റിയാസിനെ അത്യാഹിത വിഭാഗത്തിലേക്ക് മാറ്റുമ്പോഴേക്കും ഉമ്മ അവിടെ എത്തിയിരുന്നു. ഏറെ നേരത്തെ കാത്തിരിപ്പിനൊടുവിൽ ഡോക്ടർ പുറത്തെത്തി.

«ഡോക്ടർ... എന്റെ മോൻ... അവന് കുഴപ്പമൊന്നുമില്ലല്ലോ?» ഉമ്മ വിറയ്ക്കുന്ന സ്വരത്തിൽ ചോദിച്ചു

പേടിക്കണ്ട ഉമ്മാ, അവൻ ഇപ്പോൾ അപകടനില തരണം ചെയ്തിട്ടുണ്ട്. ഒരു മിനിറ്റ് വൈകിയിരുന്നെങ്കിൽ ഒരുപക്ഷേ അവനെ നമുക്ക് രക്ഷിക്കാൻ കഴിയില്ലായിരുന്നു,» ഡോക്ടർ ആശ്വസിപ്പിച്ചു.

«അൽഹംദുലില്ലാഹ്...» ഉമ്മ കൈകളുയർത്തി നാഥനോട് നന്ദി പറഞ്ഞു.

റിയാസിന് ബോധം തെളിഞ്ഞപ്പോൾ ഉമ്മയും സുഹൃത്തുക്കളും അവനെ കാണാൻ മുറിയിലെത്തി.

«മോനെ... നീയല്ലേ പറഞ്ഞത് നിന്നെ ആർക്കും ആവശ്യമില്ലെന്ന്? ഇപ്പോൾ നോക്കൂ, ഇത്രയും പേർ നിനക്കായി കാത്തുനിൽക്കുന്നു. നീ ജീവിതങ്ങളെ മാറ്റിമറിക്കുകയാണ് മോനെ.»

«ഉമ്മാ... ഉമ്മയാണ് എന്റെ പ്രചോദനം. ഉമ്മ ഇല്ലായിരുന്നെങ്കിൽ ഞാൻ നശിച്ചുപോയേനെ,» റിയാസ് വിതുമ്പി.

ഡിസ്ചാർജ് ആയി മടങ്ങാൻ നിൽക്കുമ്പോൾ തന്നെ കൊണ്ടുവന്ന ആംബുലൻസ് ഡ്രൈവറെ കാണണമെന്ന് റിയാസ് ആഗ്രഹം പ്രകടിപ്പിച്ചു. ഹോസ്പിറ്റൽ മുറ്റത്ത് വണ്ടി നിർത്തിയിട്ടിരുന്ന ഡ്രൈവർ അരികിലേക്ക് വന്നു. അവനെ കണ്ടതും റിയാസ് അത്ഭുതപ്പെട്ടുപോയി.

«ഉമ്മാ... ഇത് രാഹുലല്ലേ!»

അപ്പോഴാണ് ഉമ്മ ആംബുലൻസിലേക്ക് നോക്കുന്നത്. അതിൽ ‹റിയ› എന്ന് വലിയ അക്ഷരത്തിൽ എഴുതിയിട്ടുണ്ടായിരുന്നു. തന്റെ പ്രിയതമയുടെ പേര് ആ വണ്ടിയിൽ കണ്ടപ്പോൾ റിയാസിന്റെ കണ്ണുകൾ നിറഞ്ഞു. രാഹുൽ ഓടിവന്ന് റിയാസിനെ കെട്ടിപ്പിടിച്ചു.

«റിയാസിക്കാ... നിങ്ങളുടെ സങ്കടം എനിക്ക് മനസ്സിലാകും.

നിങ്ങൾ തന്ന ഈ ജീവിതത്തിന് അവൾക്ക് സ്വർഗ്ഗത്തിൽ വലിയ പ്രതിഫലം ലഭിക്കും,» രാഹുൽ പറഞ്ഞു.
റിയാസ് അവന് കുറച്ചു പണം നൽകാൻ ശ്രമിച്ചെങ്കിലും അവൻ അത് നിരസിച്ചു

വേണ്ട ഇക്കാ... നിങ്ങൾ കാരണം എനിക്കിപ്പോൾ പണത്തിന് ബുദ്ധിമുട്ടില്ല. നിങ്ങൾ കാരണമാണ് ഞാൻ കള്ള് കുടി നിർത്തി ഈ ജോലിക്ക് ഇറങ്ങിയത്. നിങ്ങൾ ഇല്ലായിരുന്നെങ്കിൽ ഞാൻ എന്നേ നശിച്ചുപോയേനെ. എനിക്ക് വേണ്ടത് പണമല്ല, എന്റെ ജീവനാണ്. അത് നിങ്ങൾ എനിക്ക് തിരികെ തന്നു.»

രാഹുൽ വികാരാധീനനായി തുടർന്നു: «റിയാസിക്കാ... നിങ്ങൾക്കറിയാമോ ഞാൻ ആരാണെന്ന്? വർഷങ്ങൾക്ക് മുൻപ് അപകടത്തിൽപ്പെട്ട എന്നെ ഹോസ്പിറ്റലിൽ എത്തിച്ച് എന്റെ ജീവൻ രക്ഷിച്ചത് നിങ്ങളായിരുന്നു. അന്ന് എന്റെ ഉമ്മ നിങ്ങളോട് പറഞ്ഞിരുന്നു ഞാൻ ലഹരിക്കടിമയാണെന്ന്. ആ രാഹുലാണ് ഞാൻ!»

റിയാസിന്റെ മനസ്സിൽ ആ പഴയ അമ്മയുടെ വാക്കുകൾ മുഴങ്ങിക്കൊണ്ടിരുന്നു. «നിന്റെ അമ്മ എവിടെ രാഹുലേ?» റിയാസ് തിരക്കി.

«അമ്മ മരിച്ചുപോയി ഇക്കാ...» രാഹുൽ കരഞ്ഞുകൊണ്ട് പറഞ്ഞു.

റിയാസ് അവനെ ചേർത്തുപിടിച്ചു. «സാരമില്ല മോനെ... നീ ഇനിയും ഒരുപാട് പേരുടെ ജീവൻ രക്ഷിക്കണം. അത് കണ്ട് നിന്റെ അമ്മ സ്വർഗ്ഗത്തിലിരുന്ന് സന്തോഷിക്കും.»
രാഹുൽ റിയാസിന്റെ മാറിലേക്ക് ചാഞ്ഞു. സന്തോഷവും സങ്കടവും കലർന്ന കണ്ണുനീർ തുള്ളികൾആ സായാഹ്നത്തിൽ പുതിയൊരു നന്മയുടെ പ്രകാശമായി പടർന്നു.

****

www.ingramcontent.com/pod-product-compliance
Lightning Source LLC
LaVergne TN
LVHW090429210926
848480LV00002B/749